நகரத்திணை
அகமும் – தன்மையும்
(தற்கால நகர்சார் கவிதைகளை முன்வைத்து)

நகரத்திணை
அகமும் – தன்மையும்

ஆ. ஈஸ்வரன் (பி. 1988)

சேலம் மாவட்டத்தைச் சேர்ந்த ஆ. ஈஸ்வரன் தமிழில் முனைவர் பட்டம் பெற்றவர். திராவிடப் பல்கலைக்கழகத்தில் (குப்பம்) முதுகலைப்பட்டமும் புதுதில்லி ஜவஹர்லால் நேரு பல்கலைக்கழகத்தில் ஆய்வியல் நிறைஞர் பட்டமும் (M.Phil) முனைவர் பட்டமும் (Ph.D) பெற்றவர்.

மைசூரில் உள்ள இந்திய மொழிகளின் நடுவண் நிறுவனத்தில் மொழி தேர்விடல் மற்றும் மதிப்பிடல் பிரிவில் ஐந்து ஆண்டுகள் பணிபுரிந்த இவர் 2024முதல் கோவை பூ.சா.கோ. கலை அறிவியல் கல்லூரியில் தமிழ்த் துறையின் உதவிப் பேராசிரியராகப் பணிபுரிந்துவருகிறார்.

அறிந்த மொழிகள்: தமிழ், ஆங்கிலம், தெலுங்கு, கன்னடம், இந்தி

மனைவி: கலைவாணி

ஆ. ஈஸ்வரன்

நகரத்திணை
அகமும் – தன்மையும்
(தற்கால நகர்சார் கவிதைகளை முன்வைத்து)

காலச்சுவடு பதிப்பகம்

● *அன்பார்ந்த வாசகருக்கு,*

வணக்கம்.

காலச்சுவடு நூலை வாங்கியமைக்கு நன்றி.

நூலின் உள்ளடக்கம், உருவாக்கம், அட்டைப்படம் இன்ன பிற அம்சங்கள் பற்றிய உங்கள் கருத்துகளையும் ஆலோசனைகளையும் காலச்சுவடு வரவேற்கிறது. தகவல், எழுத்து, வாக்கியப் பிழைகள் தென்பட்டால் அவசியம் தெரிவித்து உதவுங்கள். நூல் தயாரிப்பில் கடும் குறைபாடு இருப்பின் மாற்றுப் பிரதி உங்களுக்குக் கிடைக்கக் காலச்சுவடு ஏற்பாடு செய்யும்.

மின்னஞ்சல்: publisher@kalachuvadu.com

காலச்சுவடு நாகர்கோவில் அலுவலகத்திற்குக் கடிதம் அனுப்பலாம்.

தங்கள்
எஸ்.ஆர். சுந்தரம் (கண்ணன்)
பதிப்பாளர் — நிர்வாக இயக்குநர்

நகரத்திணை அகமும் – தன்மையும் ◆ ஆய்வுநூல் ◆ ஆசிரியர்: ஆ. ஈஸ்வரன் ◆ © ஆ. ஈஸ்வரன் ◆ முதல் பதிப்பு: செப்டம்பர் 2024 ◆ வெளியீடு: காலச்சுவடு பப்ளிகேஷன்ஸ் (பி) லிட்., 669 கே.பி. சாலை, நாகர்கோவில் 629001

காலச்சுவடு பதிப்பக வெளியீடு: 1238

nakarattiNai akamum - tanmaiyum ◆ Research Book ◆ Author: A. Eswaran ◆ © A. Eswaran ◆ Language: Tamil ◆ First Edition: September 2024 ◆ Size: Demy 1 x 8 ◆ Paper :18.6 kg maplitho ◆ Pages: 160

Published by Kalachuvadu Publications Pvt. Ltd., 669, K.P. Road, Nagercoil 629001, India ◆ Phone: 91-4652-278525 ◆ e-mail: publications@kalachuvadu.com ◆ Printed at Clicto Print, Jaleel Towers, 42 KB Dasan Road, Teynampet Chennai 600018

ISBN: 978-81-19034-50-5

09/2024/S.No. 1238, kcp 5107, 18.6 (1) rss

'நகரம் திணையாகி நாளாயிற்று' என்று நாளும் வகுப்பெடுத்த
எங்கள் பேராசான் முனைவர் நா. சந்திரசேகரன்
அவர்களுக்கு...

பொருளடக்கம்

முன்னுரை	11
இயல்: 1 நகரம்: உருவாக்கம்	17
இயல்: 2 திணை: வரையறையாக்கம்	31
இயல்: 3 கவிதைகள்: தரவாக்கம்	47
இயல்: 4 இயல்புகள்: தொகுப்பாக்கம்	101
முடிவுரை	114
பின்னிணைப்புகள்	
1 அகம்: முதல்–கரு–உரிப்பொருள் அட்டவணை	117
2 தன்மை: முதல்–கரு–உரிப்பொருள் அட்டவணை	127
3 நகர்சார் கவிதைகளில் நகர் குறித்த வர்ணனை	139
4 கவிதை பற்றிய குறிப்புகள்	145
ஆய்வுரை	150
துணைநூற் பட்டியல்	158

முன்னுரை

தற்காலத்தில் தமிழகம் மிக விரைவாக நகராக்கமாகி (நகரமயமாக்கம்) வருகிறது. அவற்றிற்கு ஏற்ப நகரவாசிகளின் வாழ்க்கையும் அவர்களின் படைப்பு உற்பத்தியும் நகரமயமாவதைக் காண முடிகிறது. பொதுவாகக் கதைகள் கதைமாந்தர்களின் அனுபவத்தை விரிவான முறையில் விளக்கும் அல்லது வெளிப்படுத்தும் தன்மையில் அமையும். அவற்றில் நிலம் சார்ந்த பின்னணிகள், புழங்குப் பொருட்கள், வழக்காடு மொழிகள் நிச்சயம் இடம்பெறும். ஆனால் கவிதைகளில் அவ்வாறு வெளிப்படையாக அமைவதில்லை. அதற்குக் கவிதையின் மொழி, அமைப்பு, அளவு போன்ற பல காரணங்கள் இருக்கின்றன.

ஒவ்வொரு காலத்திற்கும் ஏற்ப கவிதைகள் ஒரு குறிப்பிட்ட போக்கினைப் பின்பற்றி எழுதப்பட்டும் தொகுக்கப்பட்டும் வருகின்றன. கவிஞர்கள் தங்களின் அகம்சார்ந்த உணர்வுகளை மொழியின் வழி அருவமான முறையில் வெளிப்படுத்துவர். அவ்வாறு வெளிப்படுத்தும்போது நிலப்பின்னணி, புழங்குப் பொருட்கள் போன்றன இடம்பெறலாம், பெறாமலும் போகலாம். இருப்பினும் உவமை போன்ற மற்ற சில கூறுகள் வழி கவிதையின் இயல்பான இயங்குதளம் வெளிப்படும். மேற்கண்ட புரிதலோடு நகர்சார் பின்னணியில் எழுதப்பட்ட கவிதைகளின் தற்காலப் போக்கினைக் குறித்து அறிதல் தேவையாகிறது.

கவிதைகளின் திணைப் பின்னணி

படைப்புகளை நிலவியல் பின்னணியோடு நோக்கும் போக்கு, தமிழில் பண்டைய காலந்தொட்டே இருந்து வருகிறது. பொதுவாகச் சங்க இலக்கியங்களைத் ‘திணை இலக்கியங்கள்’ என்றே அழைப்பர். பேராசிரியர் (கெ. ஐயப்ப பணிக்கர்[1], ஜவஹர்[2])[1] போன்றோர்கள் திணை என்பதை இலக்கியக் கோட்பாட்டு நிலையில் கொண்டு இந்திய இலக்கியங்களுக்கும் உலக இலக்கியங்களுக்கும் பொருத்திப் பார்க்கலாம் என்கிறார்கள். மலேசியாவில் இருந்து *திணைகள்* என்ற பெயரிலேயே இணைய இதழ் ஒன்று தொடங்கப்பட்டுள்ளது. அதன் அடிப்படை நோக்கமாகப் பின்வரும் கூற்றைப் பதிவிட்டுள்ளது.

“இன்று தமிழ் இலக்கியம் எல்லைகளின்றி உலகம் தழுவிய நிலையில் உள்ளது. தமிழர்களின் வாழ்வியல் பரப்பு ஆக்கிரமிப்பு எல்லைகள் உலகம் முழுவதும் விரிந்து பரந்துள்ளன. பண்டைய தமிழர்களுடைய வாழ்வுமுறை அகமாகவும் புறமாகவும் பகுக்கப்பட்டிருந்தாலும் ஐவகை நிலங்களின் வாழ்வுமுறை இன்று எல்லைகள் தாண்டிச் சிதறிக்கிடக்கிறது. ஆதித்தமிழனின் தொடர் வாழ்வியலில் காட்டப்பட்ட ஐவகைத் திணைகள் தாய் நிலத்தின் சொத்தாக, சொந்தமாக மட்டுமே கருதப்படுகிறது. மரபைக் கைவிட்டுவிடாமல் சொந்த மண்ணின் பண்பாட்டு அடையாளத்தை நிலைநிறுத்துவதற்காகத் தொழில் நிமித்தமோ வாழ்வாதாரத்தின் நிமித்தமோ புலம்பெயர்ந்து வாழும் தமிழனின் இலக்கியத்திற்கும் முக்கியத்துவம் தரப்பட வேண்டும், அவை பேசப்பட வேண்டும். அயலகத் திணைகளில் வாழும் தமிழர்களின் கரம் பற்றிக்கொண்டு கிழக்காசியத் திணைகளின் காட்சிப்பொருள், கருத்துப்பொருள்களை உலகம் தழுவிய இலக்கியப் பெருவெளிப் பரப்பிற்குள் எடுத்துச்செல்வதும், இந்நிலங்களின் முதற்பொருள், கருப்பொருள், உரிப்பொருள் ஆகியவற்றின் நுட்பங்கள், மெய்ப்பாடுகள் அடுத்த கட்ட நகர்வை அடைவதற்காகவும், தனித்துவமான அடையாளம், தொழில் முறைகள், பழக்கவழக்கங்கள், நிலம் சார்ந்த மக்களின் வாழ்வியல் பண்பாடுகளை முன்னிலைப்படுத்த வேண்டுமென்ற பொது நோக்கங்களுடன் தொடங்கப்பட்டது *திணைகள்* இணைய இதழ்.” (*திணைகள், இணைய இதழ்,)*

---

1. 1. கெ. ஐயப்ப பணிக்கர்(2015). இந்திய இலக்கியக் கோட்பாடுகள்–சூழல்பொருத்தம். (மொ.பெ) மனோகரன், சென்னை: மாற்று வெளியீடு.

   2. க. ஜவகர்(3rd Ed. 2017) திணைக்கோட்பாடும் தமிழ்க் கவிதையியலும், சென்னை: காவ்யா

   1. https://thinaigal.com

மற்றொரு உலகளாவிய நிகழ்வு ஒன்றைச் சமீபத்தில் கவனிக்க முடிந்தது. அது மேற்கு கனடாவில் அமைந்த ஒரு முக்கிய நகரமான வான்கூவர் நகரத்தை மையமிட்ட கவிதைப் போட்டியாகும். இந்தப் போட்டி ஜன.16 – ஜூன் 15, 2022 ஆகிய இடைப்பட்ட காலங்களில் நடத்தப்பட்டது. இந்தப் போட்டிக்கான கவிதைக் கட்டுப்பாடுகளில் மிக முக்கியமானது, கவிதைகள் வான்கூவர் நகரத்தின் வரலாறு, பண்பாடு அல்லது சூழலியல் பகுதிகளோடு தனித்துவமான வழியில் தொடர்புடையதாக இருக்க வேண்டும் என்பதாகும்[2].

திணை விரிவாக்கம்

துரை. சீனிச்சாமி தனது திணை விரிவாக்கம் – குறிஞ்சி என்ற கட்டுரையில் திணை விரிவாக்கத்தின் தேவை என கீழ்க்காணும் கூறுகளைப் பட்டியலிடுகிறார்.[3]

1. தொல்தமிழர் மரபில் வேர் கொண்டது; எனவே தொடர் அடையாளத்தின் புத்தாக்கம் தேவை.
2. உலகின் பழமையான இலக்கியக் கோட்பாடுகளில் கிரேக்க மொழியில் உள்ள அரிஸ்டாட்டிலின் இலக்கியவியல் *(Poeties)* போலத் தொல்காலக் கோட்பாடு. சமஸ்கிருதத்தில் உள்ள நாட்ய சாஸ்த்ரா, நாட்டியம் பற்றியது. இது தொல்காப்பியக் காலத்தை ஒட்டியதே. எனவே, உலகின் மிகப் பழைய மூன்று கலைக்கோட்பாடுகளில் ஒன்று.
3. மூன்று தொல் கோட்பாடுகளில் சமூக வாழ்வியல் சார்ந்த மூலப்படிவ *(Archetypal)* தன்மை கொண்ட கோட்பாடு திணைக் கோட்பாடு.
4. இந்து மதம் சாராத பொதுநெறித் தன்மை கொண்டது. சனநாயக வாழ்வியலோடு ஒன்றிணையக் கூடியது.
5. கால மாறுதல்களுக்கேற்ப இயங்கக்கூடிய உயிர்ப்புத் தன்மை கொண்டது.

---

2. Poems MUST relate in a significant way to a historical, cultural or ecological site within the area presently known as the City of Vancouver or the UBC Endowment Lands and try to provide a greater understanding of the origins or multilayered history of the place we now know as Vancouver. (Poems about sites outside this area unfortunately will not be eligible, e.g. not about sites in North Vancouver, West Vancouver, Burnaby, Richmond, Abbotsford.) (https://fionalam.net/poetlaureate/citypoemscontest/city-poems-contest-about/#rules)

3. திணைக்கோட்பாடு (2016), ப:84

6. புதுவியச் (Modern) சிந்தனைகளுக்கேற்ப புதிய முகம் கொள்ள ஏதுவான வேர்களைக் கொண்டது.

7. கோட்பாட்டுத் திறனாய்வாக (திறத்தியலாக) இலக்கியத்தை நோக்கும் இயல்பு கொண்டது.

மேலும் தனது அதே கட்டுரையில் திணைவிரிவாக்கத்தைக் கீழ்க்காணும் கோணங்களில் விளக்கலாம் என்பதாக ஐந்து வாய்ப்பாடுகளைத் தருகிறார்.[4]

1. முதல்+கரு = பொருள்கள் சார்ந்து: உரிப்பொருள் நீங்கலாக இவ்விரண்டை முதன்மைப்படுத்தி நோக்கும் போது, இயற்கைச் செம்மைமிக்க ஒரு சமூக நோக்குடன் இலக்கியங்களை விளக்கலாம். சூழல் மாசற்ற திணையின் முதற்பொருள் பின்னணியுடன் தெய்வ நம்பிக்கை, உழைப்பு, இசைக்கூத்து, மகிழ்ச்சி என்பவற்றுடனான ஒரு திணைச் சமூகமாகப் பார்த்தல். இது இலட்சியத்தன்மை கொண்டதே ஆயினும், விரிவாக்கமே ஆகும்.

2. முதல் + கரு + உரி: சமூகம் இயற்கை – குடும்ப நிறுவனம் – உணர்வுச் சிக்கல்கள் என்ற நிலையில் சமூக, பண்பாட்டு அரசியல் சார்ந்த அதிகாரத்துவ நோக்கில் காணலாம். இன்றுவரை இதனை விரிவு செய்யலாம்.

3. உரி மட்டும்: உணர்வுக் கூறுகள் சார்ந்த மூலப்படிம (Archetypal) அடிக்கருத்துகளின் அடிப்படையில் நோக்கி ஆராயலாம்; வேறுபாடுகளையும் காரணிகளையும் காட்டி விளக்கலாம்; விரிவுபடுத்தலாம்.

4. புறனாதல்: அகம் – புறம் – காமம் – மூர்க்கம் என்ற முரண்களின் இயக்கமாக மனித நடத்தையை விளக்கும் உளவியல் சார்ந்து விரிவாக்கம் செய்யலாம்.

5. முதல் + கரு + உரி + புறனாதல். இங்கே சமூக, அரசியல், அதிகார, உளவியல், பொருண்மை அடுக்குகளின் பதிவுகள் அடிப்படையிலான கட்டவிழ்ப்பு நோக்கிலும் விரிவாக்கம் செய்யலாம்.

மேற்கூறிய ஐந்து வாய்ப்பாடுகளும் முன்பே உள்ள ஐந்திணைகளின் விரிவாக்கத்திற்குப் பயன்படுவனவாக அமையும் என்கிறார். அவரின் வாய்ப்பாடு நகரம் என்பதைப் புதுத்திணையாகக் கொண்டு கவிதைகளை ஆயவிருக்கும் இந்நூலுக்கும் பொருந்தும். கவிதைகளைத் திணைப்பின்னணியில்

---

4. மேலது ப: 89

நோக்கும் தமிழ்மரபோடும் மேற்கூறிய சமீபத்திய இரண்டு பதிவுகள் (வான்கூவர் கவிதைப் போட்டி, திணைகள் இதழ் தொடக்கம்) வழியும் கவிதைகளை நகர்சார் பின்னணியில் அணுகலாம் என்ற எண்ணத்தில் உறுதி ஏற்பட்டு இம்முயற்சி மேற்கொள்ளப்படுகிறது.

நோக்கம்

நகரப் பின்னணியில் அமையும் கவிதைகளில் வெளிப்படும் அல்லது உள்ளமைந்த நகர்சார் கூறுகளைக் கொண்டு நகரத்திணை என்ற வகைப்பாட்டை உருவாக்க இயலுமா என்று பரிசோதனை முயற்சியாக இச்சிறு ஆய்வு செய்யப்படுகிறது. அதே வேளையில் நகர்சார் கவிதைகளில் பெரும்பான்மையாக வெளிப்படும் உணர்வை அத்திணைக்கான பொதுவான உரிப்பொருளாக அமைக்க சாத்தியப்பாடுகள் உள்ளனவா என்பதையும் இந்நூல் வெளிக்கொணர முயல்கிறது.

விளக்க முறைமை

இச்சிறு ஆய்வு நூலானது முன்னுரை, முடிவுரை தவிர்த்து நான்கு இயல்களைக் கொண்டுள்ளது.

முன்னுரைப் பகுதியானது இவ்வாய்வின் தேவை நோக்கம் ஆகியவற்றை விளக்கும் வகையில் அமைகிறது.

நகரத்திணைக்கான நிலவியல் பின்னணியை விளக்கும் வகையில் அமைந்து நகரம் எனும் தனபாலின் கட்டுரை இவ்வாய்விற்கான முதல் இயலாக அமைக்கப்படுகிறது,

இரண்டாம் இயலாக ஐந்திணைகளின் தொடர்ச்சியாக நகரம் எவ்வாறு திணையாக அமைகிறது என்பதை விளக்கும் வகையில் நகரத்திணை என்ற கட்டுரை—இயல் இரண்டாவதாக அமைகிறது.

மூன்றாவது இயலானது நகரத்திணை ஆய்விற்கான தரவுகளைத் திரட்டிக்கொடுத்துள்ள முறையை விளக்கும் இயலாகும்.

நான்காவது இயல் இக்கவிதைகளின் பொதுத்தன்மை குறித்த சில கருத்துகளைக் குறிப்பாக நகர்சார் கவிதைகளின் உருவம், உள்ளடக்கம், உத்திமுறைகளைத் தரவாக்கம் செய்யப்பட்ட கவிதைகளில் இருந்து விளக்கும் இயலாக அமைக்கப்படுகிறது.

இறுதியாக மேற்கண்ட இயல்களின் கருத்துகளைத் தொகுத்து அளிக்கும் வகையில் முடிவுரை அமைகிறது,

பின்னிணைப்பாக. எடுத்துக்கொண்ட தரவுகளான தற்கால நகர்சார் கவிதைகளில் முதற்பொருள் – கருப்பொருள் – உரிப்பொருள் அட்டவணை இடம்பெறும். அடுத்து நகர்சார் கவிதைகளில் நகரச்சித்தரிப்பு அட்டவணை மற்றும் தேர்ந்தெடுக்கப்பட்ட கவிதைகளுக்கான அகவரிசைப் பட்டியல் (கவிஞர் அடிப்படையில்) கொடுக்கப்படும். இதில் கவிதைகள் எங்கிருந்து – எப்போது எடுக்கப்பட்டன என்ற குறிப்புகளும் இடம்பெறும்.

இந்நுலினைச் செவ்விய முறையில் பதிப்பித்து வெளியிடும் காலச்சுவடு பதிப்பகத்தாருக்கும் அணிந்துரை வழங்கிய பெருமாள்முருகன் அவர்களுக்கும் நன்றி. ஆய்வுநோக்கில் மதிப்புரை எழுதியுள்ள எங்கள் ஆசிரியர் முனைவர் நா. சந்திரசேகரன் அவர்களுக்கு நன்றி. ஆய்வு தொடர்பான கருத்துக்களை உரையாடல்வழி பகிர்ந்துகொண்ட நண்பர் முனைவர் க. சக்திவேலுவுக்கும் இவ்வாய்விற்கான நுழைவாயில் போல அமைந்துள்ள ‘நகரம்’ என்ற கட்டுரையினை எழுதியுள்ள நண்பர் முனைவர் சே. தனபாலுவுக்கும் நன்றி மேலும் இந்நூலுக்குப் பலவகையிலும் உதவிய அனைவருக்கும் நன்றி...

சேலம்
08-04-2024

ஆ. ஈஸ்வரன்

இயல்: 1

நகரம்: உருவாக்கம்

நகரம்: உருவாக்கம்

முனைவர். சே. தனபால்
ஆய்வு உதவியாளர்
ரோஜா முத்தையா ஆராய்ச்சி நூலகம்
சென்னை

வெறும் எதுகை மோனைகளுடன் கூடிய கவிதைகளின் காலம் மலையேறிவிட்டது. அவை திரும்பி வரப்போவதில்லை. மலிவான புலன் கிளர்ச்சிகளுக்கும் மிகை உணர்ச்சிகளுக்கும் அழுகைகளுக்கும் இப்போது ஒரு மதிப்பும் கிடையாது. இப்போது தேவைப்படுவதெல்லாம் கலையுணர்வும் ஆழமான உணர்வுகளையும் கருத்துகளையும் வெளிப்படுத்துவதுதான். அது செய்யுளாகவும் இருக்கலாம் இல்லாமலும் இருக்கலாம். அது ஒரு பிரச்சினை அல்ல. கவிதை எழுதுவதில் வெற்றியடைய வேண்டுமானால் திறமை மட்டும் இருந்தால் போதாது. தான் வாழும் காலத்தைப் பற்றிய அறிவைக் கவிஞன் வளர்த்துக்கொள்ள வேண்டும். அவன் இனி கனவுலகத்தில் வாழ இயலாது. அவன் ஏற்கெனவே தான் வாழும் காலத்திற்குரிய யதார்த்த உலகின் குடிமகனாக இருக்கிறான். கடந்த காலம் முழுதும் அவனுள் வாழ வேண்டும். அவன் இனியும் வெறும் கேளிக்கையூட்டுபவனாக இருப்பதைச் சமுதாயம் விரும்புவதில்லை. அதனுடைய ஆன்மிக இலட்சிய வாழ்வின் பிரதிநிதியாக, மிகக் கடினமான கேள்விகளுக்குப் பதிலளிக்கக்கூடிய அருள் வாக்காளனாக, மனிதர்களுக்குப் பொதுவாக உள்ள வேதனைகளையும் துயரங்களையும் பிறரிடம்

கண்டறிவதற்கு முன் தன்னிடமே கண்டறிந்து அவற்றைக் கவிதையில் மறு உருவாக்கம் செய்வதன்மூலம் குணப்படுத்தும் மருத்துவனாக இருப்பதையே சமுதாயம் விரும்புகிறது.

– பெலின்ஸ்கி

பத்தொன்பதாம் நூற்றாண்டினைச் சேர்ந்த ரஷ்யத் தத்துவவாதியும் இலக்கிய விமர்சகருமான பெலின்ஸ்கி இதனைக் குறிப்பிடுகிறார். இதில் கவிஞன் என்பவன் தான் வாழும் காலத்தைப் பற்றிய அறிவினைக் கொண்டிருக்கவேண்டும் என்றும் அந்தக் காலத்திற்குரிய எதார்த்த உலகின் குடிமகனாக அவன் இருக்கிறான் என்றும் பெலின்ஸ்கி வலியுறுத்துகிறார். இந்த யதார்த்த உலகம் என்பது அவன் வாழும் நிலம், சூழல் என்பதைக் குறிப்பதாகும். கவிஞன் வாழும் சமகாலமும் அவன் எதிர்கொள்ளும் யதார்த்த வெளியும் கவிதையில் முதன்மை பெறுகிறது. இவையே மற்றொரு வகையில் காலம், நிலம் *(Time and Space)* என்று படைப்பிலக்கியத்திற்கு அடிநாதமாக அமைகின்றன. தமிழ் போன்ற நீண்ட மரபிலக்கிய மரபு கொண்ட மொழியில் இவை கூடுதல் அழுத்தம் கொண்டவையாக அமைகின்றன. தமிழ் இலக்கியத்தில் இவற்றின் வெளிபாட்டிலும் நீண்ட மரபு காணப்படுகிறது.

பண்டைய தமிழ் இலக்கியங்களான பத்துப்பாட்டு, எட்டுத்தொகை நூல்களே தற்போது கிடைப்பவற்றில் தொன்மையானவை. இந்நூல்களில் காணப்படும் இலக்கிய மரபுகள் தொல்காப்பியம் எனும் இலக்கண நூலின்மூலம் வரையறுக்கப்பட்டுள்ளன. மூன்று இயல்களாகப் பகுக்கப்பட்ட தொல்காப்பியத்தின் மூன்றாம் இயலான பொருளதிகாரத்தில் இந்நூல்களுக்கான வடிவம், உள்ளடக்கம் குறித்த வரையறைகள் காணப்படுகின்றன. அதில் காணப்படும் அகம், புறம் என்ற பொருள் பாகுபாடு மையமானதாகும். இந்நூல்களில் அகம் என்பது களவு, கற்பு என்ற அகவாழ்க்கையைப் பேசுவதாகவும் புறம் என்பது போர் உள்ளிட்ட செயல்களைப் பேசுவதும் ஆகும். காதல் அல்லாதவற்றைப் பேசுவதாகவும் அமைகின்றன. இத்துடன் அகமானது குறிஞ்சி, முல்லை, மருதம், நெய்தல், பாலை என ஐந்து நிலத்திற்கு உட்பட்டதாய் எடுத்துரைக்கப்பட்டுள்ளன. ஒவ்வொரு நிலமும் ஒரு குறிப்பிட்ட ஒழுக்க முறையுடன் அமைந்துள்ளதாய்க் காணப்படுகின்றன. இந்நிலத்தினைக் குறிக்க திணை என்ற சொல் பயன்படுத்தப்பட்டுள்ளது. திணைகள் குறித்து பல்வேறு வரையறைகள் காணப்படுகின்றன. திணை குறித்து ஆராய்ந்த கா. சிவத்தம்பி, 'திணை என்ற சொல்லின் மூலப்பொருளான குடும்பம், குடியிருப்பு என்பவை திணையின்

மூலம் முக்கியத்துவம் பெறுகின்றன' என்கிறார். திணை என்பது மனிதர்கள் வாழும் குடியிருப்பும் அவர்களின் யதார்த்த சூழலையும் குறிப்பதாக அமைகிறது. அதனையே கவிதைக்கான பின்புலமாக வைத்துக் கவிதைகள் படைக்கப்பட்டன. பண்டைய இலக்கியங்கள் சுட்டும் ஐந்திணைகளிலிருந்து மாறுபட்டு நவீன காலத்தில் 'நகரம்' என்னும் புதுவகை மாதிரி கொண்ட குடியிருப்பும் புழங்கு வெளியும் உருவாகி உள்ளது. அதனைப் பின்புலமாகக் கொண்டு கவிதைகளைப் படைக்கும் போக்கு களும் நீண்ட காலமாகவே உள்ளன. அதனை இலக்கியம் சார்ந்த வடிவம், உள்ளடக்கம் என்ற நோக்கில் 'நகரத்திணை' என்று நோக்கும் போக்கும் உருவாகி வளர்ந்து வருகின்றன. நகரத்தினைப் பின்புலமாகத் தாங்கிக் கொண்டு படைப்பிலக்கியம் உருவாகும்போது நகரத்திணை என்ற பாகுபாடு தானாகவே எழுகிறது. ஏனெனில் ஒரு படைப்பிலக்கியம் இயங்குவதற்கு அதற்கான வெளி என்பது முக்கியமானது; அதுவே அவ்விலக்கியத்தினைத் தாங்கி நிற்பதாகும்.

அந்த வகையில் நகரத்திணை என்னும் பாகுபாட்டை அடிப்படையாகக் கொண்டு படைப்பிலக்கியங்களை அணுகும்போது நகரம் என்னும் வெளி குறித்த சிந்தனையும் இன்றியமையாததாகிறது. தற்காலத்தில் நமது புழங்கு வெளியாக உள்ள நகரத்தின் பின்புலத்தை அறிந்துகொள்ளுதல் என்பது நகர்சார் படைப்பிலக்கியம் வெளிப்படுத்தும் சாரத்தினைப் புரிந்துகொள்வதற்கு ஏதுவாக அமையும். இந்த எழுத்துரை யானது நகரத்தின் வெவ்வேறு வளர்ச்சி நிலைகளை எடுத்துரைப்பதோடு தற்கால நகரம் என்னும் வெளியைக் குறித்தும் அதன் வரலாற்றுப் போக்குக் குறித்தும் எடுத்துரைக்கிறது. இதன் மூலம் நகரத்திணை என்னும் பாகுபாட்டினைப் புரிந்துகொள்வதற்குப் பின்புலமாக இந்த எழுத்துரை அமையும்.

நகர உருவாக்கம்

நகரம் என்பதற்கு வரையறை செய்தவர்களில் முதன்மை யானவர் 'கார்டன் சைல்ட்' என்ற பிரிட்டிஷ் தொல்லியல் ஆய்வாளர் ஆவர். நகரம் என்பது வரையறை செய்வதற்கு மிகவும் சிக்கலான ஒன்று என்று கூறியபோதிலும் நகரம் என்பது உயர்ந்தோங்கிய மாடங்களைக் கொண்டிருத்தல், உணவு உற்பத்தியில் பங்கெடுக்காத மக்கள் குழுக்களைக் (வணிகர், கலைஞர், கைவினைத் தொழிலாளர், அரசர், சேனாதிபதிகள்) கொண்டிருத்தல், நெருக்கமான மக்கள் தொகை, அறிவியல் வளர்ச்சி, எழுத்து அறிமுகம், தேவைக்கதிகமான உற்பத்தியைக் கொண்டிருத்தல், மக்களுக்கு உணவளிக்கும் வகையில் உணவு

உற்பத்தி மிகுந்திருத்தல் முதலிய இயல்புகளைக் கொண்டிருக்க வேண்டும் என்று கூறினார். இவற்றில் ஒரு நகரம் அனைத்துக் கூறுகளும் கொண்டிருக்க வேண்டிய அவசியம் இல்லை என்பதும் கவனத்தில் கொள்ளத்தக்கது. இது பண்டைய நகரத்திற்கான வரையறையாக அமைகின்றது.

வரலாறு நெடுக நகரத்தின் வளர்ச்சியானது வெவ்வேறு காலங்களில் வேறுபட்ட வழிகளில் வளர்ச்சியடைந்து வந்துள்ளது. பண்டைய காலத்தில் அரசரின் குடியிருப்பு, அவரது நிர்வாக அமைப்பினரின் குடியிருப்பு என்பவையே நகர உருவாக்கத்தின் மையமாக அமைந்தன. அத்துடன் அக்காலக்கட்டத்தில் நகர உருவாக்கம் வணிகம், கடல் வணிகத் தொடர்பு சார்ந்த நிலவியல் அமைப்புகள் முதலியவற்றைக் கணக்கில் கொண்டு உருவானது. இடைக்காலத்தில் அரசனின் குடியிருப்பு சார்ந்த கோட்டை நகரம், வணிகம் சார்ந்த துறைமுகம் சார்ந்த நகரம், மதச் செயல்பாடுகள் சார்ந்த நகரம் என்ற வகையில் நகர உருவாக்கங்கள் உருவாகின. இவற்றிற்கு அடுத்து இந்தியாவினைப் பொறுத்தவரையில் காலனிய காலத்தில் மீண்டும் நகரமைப்புகள் உருவாகின அல்லது பழைய நகரங்கள் மாற்றத்திற்கு உள்ளாகின எனலாம். காலனிய காலத்தில் மலைசார்ந்த நகரம், தொழிற்சாலை நகரம், இரயில்நிலைய நகரம், நீதிமன்றங்கள் சார்ந்த நகரம், கடற்கரை நகரம், ராணுவ முகாம்கள் கொண்ட நகரம், நிர்வாகம் செயல்பாடுகள் சார்ந்த நகரம் என்பவை புதிதாக எழுப்பப்பட்டன. பண்டைய காலத்திலும் இடைக்காலத்திலும் நகரங்களின் வளர்ச்சியானது தொடங்கிய போதிலும் அவை, பெரும் மாற்றத்தினை அடைந்தது காலனிய காலத்தில்தான்.

தொடக்கத்தில் அரசர் வீடுகளையும் வணிகர் வீடுகளையும் குறிக்க நகர் என்ற சொல் பயன்படுத்தப்பட்டது. அடுத்து, பெரிய வாழ்விடங்களைக் குறிக்க அச்சொல் பயன்படுத்தப்பட்டுள்ளது. சில இடங்களில் கோயில்களையும் நகர் என்ற சொல்லினைக் கொண்டு குறிப்பிட்டுள்ளனர். பண்டைய காலத்தில் பண்டமாற்று முறைக்கான இடமாக நகரம் தொடங்கியிருக்க வேண்டும் என்பது பூங்குன்றனின் கருத்தாகும். மேற்கத்திய நகரங்கள் பொருளாதார உயிர்த் துடிப்பிற்கும் அரசியல் சுயாட்சிக்கும் ஆன குறியீடு என்றால் ஆசிய நகரங்கள் அல்லது நகர வடிவங்கள் பொருளாதாரப் போக்கிற்கு மாறாக, அரசியல் பண்பாட்டு வகையில் மேலோங்கியவை என்கிறார் சண்பகலட்சுமி. இதன்வழி இந்தியத் துணைக்கண்ட நகரங்கள் அரசியல் பண்பாட்டுத் தன்மைக்கே முக்கியத்துவம் அளித்து வந்துள்ளன என்பது இவ்விடத்தில் கவனத்தில் கொள்ளத்தக்கது. பண்டமாற்று

முறைகளில் நகரம் தோற்றம் பெற்றாலும் அரசியல் பண்பாட்டுத் தன்மையில்தான் நகரம் என்பது நிலை கொண்டிருக்கிறது.

நகரமய வளர்ச்சி: பண்டைய காலமும் இடைக்காலமும்

காலனியக் காலக்கட்டத்தினைத் தவிர்த்து, இந்தியத் துணைக் கண்டத்தில் மூன்று முறை நகரமயமாக்கம் நிகழ்ந்ததாக வரலாற்று ஆய்வாளர்கள் குறிப்பிடுகிறார்கள். முதலில் சிந்து ஆற்றங்கரையில் தழைத்த சிந்துவெளி நாகரிகம் பொ.ஆ.மு. 2500 – 1750 காலகட்டத்தில் நிலைபெற்றிருந்தது. இங்கு மொகஞ்சதாரோ, ஹரப்பா ஆகிய முக்கியமான நகரங்கள் உருவாகின. இத்துடன் தோலவீரா, காலிபங்கன், தைமாபாத் முதலிய வட்டார நகரங்களும் உருவாகின. இரண்டாவது நகரமயமாக்கம் பொ.ஆ.மு. 600 – பொ.ஆ. 200 காலகட்டத்தில் உருவானது. மூன்றாவது நகரமயமாக்கம் பொ.ஆ. 11-14-ஆம் நூற்றாண்டுகளில் உருவானது. மூன்று நகரமயமாக்கங்களும் ஒன்றிற்கொன்று தொடர்பில்லாதவை என்றும் அந்தந்த காலகட்டத்தில் எழுச்சி பெற்ற வரலாற்றுச் சூழல்களில் உருவாக்கம் பெற்றவை என்பதும் வரலாற்று அறிஞர்களின் கருத்தாகும். இத்துடன் வடஇந்தியாவிலும் தென்னிந்தியாவிலும் வேறுபட்ட தன்மையில் நகரமயமாக்கம் உருவானதாக வரலாற்றாளர்கள் குறிப்பிடுகிறார்கள். இதில் இரண்டாவது நகரமயமாக்கத்தின் போது சங்க கால நகரங்கள் எழுச்சி பெற்றன என்கிறார்கள்.

சங்க இலக்கிய நூல்களில் திருமாவிய நகர், பட்டினம், நியமம், நகர் ஆகிய சொற்கள் நகரம் என்பதைக் குறிக்கச் சுட்டப்படுகின்றன. நெடுநகர் என்ற சொல்லும் நகரத்தினைக் குறிக்கப் பயன்படுத்தப்பட்டுள்ளது. நகர வாழ்க்கை, நகர வணிக மரபு, அதன் செழிப்பு, நகரத்தில் காணப்படும் வெளி வணிகத் தொடர்பினால் பல்வேறு மொழி பேசுவோர் ஒன்றுகூடி இணக்கமாக வாழும் சூழல், கலை நிகழ்வுகள், பொழுதுபோக்குகள் முதலியவை குறித்துச் சங்க இலக்கியங்கள் எடுத்துரைகின்றன. சிலப்பதிகாரம் பூம்புகார், மதுரை, வஞ்சி நகரங்களைக் குறித்து எடுத்துரைக்கின்றன. சங்க இலக்கியங்களில் ஒன்றான பட்டினப்பாலை நகரம் குறித்து விரிவாகப் பேசுகிறது. ஐந்திணைகளில் மருத நிலத்தின் வேளாண் பொருளாதாரமும் நெய்தல் நிலப்பகுதியின் வணிகப் பொருளாதாரமும் அரசர்களால் மிகுந்த கவனத்தில் கொள்ளப்பட்டுள்ளன. இத்திணைகளின் பகுதிகளே நகரங்களாக உருக்கொண்டன. பண்டைய தமிழகத்தில் வஞ்சி, உறையூர், புகார், கொற்கை, மதுரை, காஞ்சிபுரம், முசிறி முதலியவை முக்கியமான பண்டைய நகரங்களாகத் திகழ்ந்தன.

இடைக்கால நகரமயமாக்கம் என்பது அரசு எழுகை, வீழ்கை ஆகியவற்றோடு தொடர்புடையதாய் அமைந்திருந்தது. இத்துடன் இடைக்காலத்தில் பார்ப்பனியச் சடங்குசார் வழக்கங்கள் குறிப்பிடத்தக்கத் தாக்கத்தினைச் செலுத்தின. தென்னிந்திய நகரங்களில் கோயில், சமயம்சார் அரசியல் ஆகியவற்றின் ஆதிக்கம் முக்கியமானதாகும். தமிழகத்தில் பல்லவர்களுக்கு அடுத்து உதயமான சோழர்கள் பல நகர்களை இக்காலக்கட்டத்தில் உருவாக்கினர்; அவற்றில் தஞ்சாவூர், கும்பகோணம், திருச்சிராப்பள்ளி, கடலூர், நாகப்பட்டினம், திருச்செந்தூர் உள்ளிட்டவை அடங்கும். இந்நகரங்களின் முக்கியக் கூறாக இருப்பது, இவற்றில் ஒன்று அல்லது அதற்கு மேற்பட்ட கோயில் இருப்பதாகும். அந்த வகையில் கோயில் களின் ஆதிக்கம் நிறைந்த நகர வெளியாக இவைகள் உருவாகின. கோயிலின் ஆதிக்கத்தின் அடிப்படையிலேயே நகரத்தின் அளவானது நிர்ணயிக்கப்பட்டது.

இடைக்காலத்தில் நகரத்திற்கென்று உருவான ஓர் உருவகம் இன்னமும் தமிழக நகரங்களில் நிலைத்துள்ளன. நகரத்தின் முக்கியமான கூறு என்பது கோயில், அதுவே மையம். கோயிலைச் சுற்றி சதுர வடிவில் தெருக்கள் அமைக்கப்பட்டன. முதல் வட்டத்தில் ஆதிக்க சாதிகள், பார்ப்பனர்கள் காணப்படுவர். மற்ற சாதிகளை நகரத்தின் எல்லைகளில் நகர்த்தினர். பெரும்பாலும் ஒடுக்கப்பட்ட சாதிகள் கோயில் அருகில் வருவதற்கு அனுமதி இல்லை. கோயில்களின் நாற்புறக் கோபுரங்களிலிருந்து வெளியேறுதல்களில் தெருக்கள் அமைந்திருந்தன. அவ்விடங்களில் வணிகம்சார் நடவடிக்கைகளும் அதனை அடுத்து உள்நகரமும் வெளிப்புறமும் இறுதியாகக் கிராமப்புறமும் அமைந்திருந்தன. சமூக மாற்றத்தின் ஒரு விளைபொருளாகவே நகர்மயமாக்கம் பார்க்கப்படுகிறது. தமிழகத்தில் காணப்படும் கோயில் நகரங்கள் என்பவை அதன் அமைப்புகள், பருண்மை என்ற விதத்திலும் சமூகச் சக்திகள் என்ற விதத்திலும் சமூகத்தில் அவற்றினுடைய வடிவத்திற்காகவும் பங்களிப்புக்காகவும் சுட்டிக்காட்டப்படுகின்றன.

இடைக்கால நகரமயமாக்கலில் பேரரசுகளின் விரிவாக்கத்தின் மூலம் நேரடியான நகரத்தின் வளர்ச்சி காணப்பட்டன. அரசியல், பொருளாதாரக் கட்டுப்பாட்டிற்காகக் கோட்டைகளும், வட்டார மேலாண்மை மையங்களும் இடைக்காலத்தில் நிறுவப்பட்டதால், அவை பெருநகரப் பண்பாடு அதாவது தொழில்நுட்பம், அறிவாற்றல்கள் முதலியவை பரப்புவதற்கான மையங்களாக நகரங்கள் செயல்பட முடிந்தன.

காலனிய கால நகரமயமாக்கம்

பண்டைய காலத்திலிருந்து பிரிட்டிஷ் காலம்வரையில் நகரமயமாக்கம் என்பது அரசர், பேரரசர்களின் எழுச்சி என்பவற்றோடு பிரிக்க முடியாததாய் இருந்தன. ஆனால் காலனிய காலக்கட்டத்தில் நகரமயமாக்கம் என்பது ஓர் அரசியல் செயல்முறையாக மாற்றம் பெற்றது. ஆங்கிலேயர் ஆட்சியில் இந்தியத் துணைக்கண்ட நிலப்பரப்பில் பெரும் மாற்றம் உண்டானது.

காலனிய கால நகரமயமாக்கலுக்கான வரலாறு முகலாயர் உச்சத்திலிருந்த காலக்கட்டத்தில் இருந்து தொடங்குகிறது. போர்த்துகீசியர்தான் முதன்முதலில் கோவாவிலும் (1510) பம்பாயிலும் (1532) துறைமுக நகரங்களை உருவாக்கினர். அவர்களைத் தொடர்ந்து டச்சு, மசூலிப்பட்டினம் (1605), நாகப்பட்டினம் (1658) ஆகிய இடங்களில் துறைமுக நகரங்களை உருவாக்கினர். பிரெஞ்சு பாண்டிச்சேரியிலும் (1673) சத்திரா நாகூரிலும் (1690) ஆங்கிலேயர் மெட்ராசிலும் (1639) கல்கத்தாவிலும் (1690) துறைமுக நகரங்களை உருவாக்கினர். இதேபோல் தொடர்ந்து பல துறைமுக நகரங்களும் உள்நகரங்களும் உருவாகின. பத்தொன்பதாம் நூற்றாண்டில்தான் ஆங்கிலேய ஆட்சி அதிகமாக வட்டாரங்களைக் கைப்பற்றியது. 1858இல் பிரிட்டிஷ் ஆட்சியின்கீழ் இந்தியா கொண்டுவரப்பட்டது. இதன்பின் இந்தியத் துணைக்கண்டம் முழுக்க எதிர்பாராத விதமாக ஒரே குடையின்கீழ் வந்தது. 1800களுக்குப் பிறகு ஆங்கிலேயப் பொருளாதாரக் கொள்கைகளும் சமூக நடத்தைகளும் அனைத்துப் பகுதிகளிலும் தீவிரமாக நடத்தப் பட்டன. அதன்வழி நகரமயமாக்கமும் ஏற்படுத்தப்பட்டன. 1800களுக்குப் பிறகு பல்வேறு வட்டாரங்களை பிரிட்டிஷ் நிர்வாகத்தினர் ஒருங்கிணைத்தனர். அதனால் உள்ளூர் நகரங்களின் வளர்ச்சி தேங்கின அல்லது வீழ்ச்சியினைச் சந்தித்தன எனலாம்.

காலனிய காலக்கட்டத்தில் நகரமயமாக்கம் என்பது தொழில்மயமாக்கல், பொருளாதார வளர்ச்சி என்பதுடன் தொடர்புடையதாய் மாற்றம் கொண்டது. நகரமயமாக்கம் அடிப்படையில் ஒரு பொருளாதாரச் செயல்முறையாகும். தற்காலத்திய நகரம் என்பதில் பிரிட்டிஷ் பெரும் பங்காற்றியுள்ளது. 1. மூன்று பெருநகரத் துறைமுக நகரங்களை உருவாக்கி, அவற்றினை உலகின் முதன்மையான காலனிய நகரங்களாக மாற்றியது. 2. மலைகளுக்கிடையிலான ஒரு தொடர் சங்கிலியினை

உருவாக்கியது, அதன்மூலம் தேயிலை உற்பத்தியினை வளர்த்து அதுசார்ந்த தனித்துவமான நகரங்களை உருவாக்கியது. 3. சிவில் லைன் (வெள்ளை நகரம்), படைத்தலம் ஆகியவற்றின் மூலம் நகர அமைப்பினையே மாற்றியது. 4. இரயில், நவீன தொழிற்சாலை முதலியவற்றை அறிமுகப்படுத்திய புதிய தொழிற்சார் நகரங்களை உருவாக்கியது. 5. நகர்ப்புற வசதிகள், நகர்ப்புற நிர்வாக மேம்பாடுகள் முதலியவற்றை உருவாக்கியது.

மெட்ராஸ்

இன்றைய சென்னையாக அறியப்படும் மெட்ராஸ் நகரத்தினைக் குறித்துச் சிலவற்றைக் காண்போம். நவீன நகரமான மெட்ராசை யும் பண்டைய நகரமான மதுரையினையும் ஒப்பிட்டு ஆராய்ந்த சூசன், மெட்ராஸ் என்பது அரசியல் அல்லது மதவியல் சார்ந்த முன்னெடுப்புகளுக்குப் பதிலாக வணிகம் சார்ந்த முன்னெடுப்புகளால் கட்டமைக்கப்பட்டது என்கிறார்.

கிழக்கிந்தியக் கம்பெனி தென்னிந்தியப் பகுதியைக் கைப்பற்றுவதற்கு முன்பு மதராசப்பட்டினமாக அறியப்பட்ட இவ்விடத்தில் இருந்து உலகின் பல பகுதிகளுக்குத் துணி, பருத்தி ஏற்றுமதி நடைபெற்று வந்தது. இவ்விடத்தினை பிரிட்டிஷார் தங்களது தென்னகத்திற்கான மையமாக உருவாக்கினர்.

மெட்ராசின் தொடக்கக் காலக் குடியிருப்பு அமைப்புகள் மூன்று வேறுபட்ட தன்மையில் அமைக்கப்பட்டன. நகரத்திற்குள் 1. உள்ளார்ந்த தொழிற்சாலைகள், கோட்டைகள் அமைந்த பகுதி 2. ஐரோப்பியர்களின் குடியிருப்பான வெள்ளை நகரம் 3. சுதேசிகளின் குடியிருப்பும் வேலை செய்தலும் என்ற கருப்பு நகரம் ஆகியன. நகரின் புறப்பகுதிகளில் உள்ள கிராமங்கள் நகர்ப்புற வட்டத்திற்குள் இழுக்கப்பட்டு, வணிக மற்றும் நிர்வாக இணைப்புடன் ஓர் உறவை உருவாக்கினர். மெட்ராஸ் ஓர் அரசியல் தலைநகர் என்பதற்குள் நுழைந்திருந்த போதிலும் இது ஒழுங்கமைந்த ஒரு நகரமாக ஒருபோதும் உருவாக வில்லை. இங்கு காணப்பட்ட ஒரு மூன்று வடிவ நகர அமைப்பு மெட்ராசுக்கு ஓர் ஒற்றை வடிவத்தினைக் கொடுத்தது. இதுவே பத்தொன்பதாம் நூற்றாண்டில் ஒரு முதிர்ந்த நகர அமைப்பாகப் பிரதிபலித்தது என்கிறார் சூசன்.

நகர்ப்புற வசதிகள், நகர்ப்புற நிர்வாக மேம்பாடுகளில் முனிசிபாலிட்டி என்ற அமைப்பு முக்கியமானது. இருபதாம் நூற்றாண்டுத் தொடக்கத்தில் முனிசிபாலிட்டி என்பது மெட்ராஸ் மாகாணத்தில் எத்தகைய தன்மையில் செயல்படத் தொடங்கியது என்பதை பண்டிதர் அயோத்திதாசர் எழுத்துவழி நோக்குவோம்.

1909ஆம் ஆண்டு முனிசிபாலிட்டி குறித்து அவர் எழுதிய சிறிய குறிப்புரை பின்வருமாறு,

"முநிசிபாலிட்டி என்பது நகர சீர்திருத்த சங்கமென்றும், நகர சுகாதார சங்கமென்றுங் கூறப்படும். கவர்மென்றாரின் அதிகாரமும் ஆலோசனையும் பெற்று இச்சங்கம் கூடியயுள்ளபடியால் தக்க ஆதாரத்துடனும் நியாயவாயலாகவும் சேர்க்கப்பட்டுள்ளது.

ரோடுகள் உண்டு செய்வதற்கும் வீதிகள் உண்டு செய்வதற்கும் ஆதாரம் இச்சங்கமே. ரோடுகளைச் சுத்தி செய்வதற்கும் ஆதாரம் இச்சங்கமே. வீதிகளுக்குக் கால்வாய்கள் உண்டுசெய்வதற்கும், செப்பனிட்டுவருவதற்கும் ஆதாரம் இச்சங்கமே. அசுத்த ஜலங்களைப்போக்கி சுத்தஜலங்களை நகரத்துள் கொண்டுவந்து சுகிக்கச் செய்வதற்கும் ஆதாரம் இச்சங்கமே. வீதிகள் தோரும் தீபங்களை வைத்துப் பயமற்ற சுகமாக உலாவச் செய்வதற்கும் ஆதாரம் இச்சங்கமே. குடிகளின் பாதுகாப்புக்காகப் போலீசென்னும் காவற்காரரை நியமித்து கார்த்துவருதற்கும் ஆதாரம் இச்சங்கமே.

ஏழைகளுக்குண்டாகும் வியாதிகளைப் பரிகரிப்பதற்கும் அபாயத்தாலுண்டாகுங் காயங்களை ஆற்றி சுகப்படுத்துவதற்கும் நகர பல பக்கங்களிலும் வைத்தியசாலைகளை வைத்து ரட்சிப்பதற்கும் ஆதாரம் இச்சங்கமே.

வியாபாரிகள் பலவகை சரக்குகளைக் கலப்பு செய்தும் பழைய பண்டங்களைத் தெரியாமல் வித்தும் குடிகளுக்கு வியாதிகளை உண்டு செய்வோரைக்கண்டு தெண்டிப்பதற்கும் ஆதாரம் இச்சங்கமே. தொத்துவியாதிகள் ஒன்றுக்கொன்று தொடரவிடாமலும் தொடர்ந்த வியாதிகளைப் பரவவிடாமலும் பாதுகாத்துக் குடிகளுக்குச் சுகங்கொடுப்பதற்கும் ஆதாரம் இச்சங்கமே.

ரோடுகளெங்கும் மரங்களை வைத்துப் பாதுகார்த்து குடிகளுக்கு நிழலளிக்கச்செய்வதற்கும், பொதுவாகிய தோட்டங்களை விருத்திசெய்து தங்கிச் சுகிப்பதற்கும் ஆதாரம் இச்சங்கமே." – ஜூன் 16, 1909.

இந்தக் குறிப்பின்வழி தற்காலத்திய நகர்ப்புற வசதிகள், நகர்ப்புற நிர்வாக மேம்பாடுகள் எத்தகைய வழியில் உருவாக்கம் பெற்றது என்பதை ஒருவாறு ஊகித்து அறியலாம். இதன் விரிவாக்கமே 1947ஆம் ஆண்டிற்குப் பின்பும் தொடர்ந்தது.

காலனியக் காலத்தில் தேங்கிக் கிடந்த பல நகரங்கள் 1947ஆம் ஆண்டிற்குப் பிறகு விரைவாக நகரமயமாக்கலுக்குள்

நுழைந்தன. அவற்றில் பல்வேறு மாற்றங்கள் நிகழ்ந்தன. நகரத்தினை நோக்கிய புலம்பெயர்வானது அதிக அளவில் நடைபெற்றது. முக்கியமான நகரங்களுக்கு அருகில் புதிய தொழிற்சாலை நகரங்கள் உருவாக்கப்பட்டன. மக்கள் தொகையானது விரைவாக வளர்ச்சிபெற்றது. நகரம் – கிராமம் என்பதற்கான வேறுபாடு பெருமளவு மாறியது. நகரத்திற்குள் ஏற்றத்தாழ்வான தன்மையும் அதிகமானது, ஆயிரக்கணக்கான மக்கள் நகரத்தின் விளிம்பிற்குத் தள்ளப்பட்டனர்.

ஒன்றிய அரசினால் நகர திட்டமானது பரிந்துரைக்கப்பட்டு, மாநில அரசுகளால் அவை நடைமுறைப்படுத்தப்பட்டன. 1960களில் உருவாக்கிய நகரத் திட்டத்துறைகள் ஒன்றிய அரசின் நிதிநல்கையுடன் 500 பெருந்திட்டங்களை முக்கிய நகரங்களில் செயல்படுத்தின. அதில் தில்லி, பம்பாய், மெட்ராஸ், கல்கத்தா ஆகியவை அடங்கும். இத்திட்டங்களில் பெரும் வீட்டுவாரியங்களை உருவாக்குதல், வணிக வளாகங்கள் உருவாக்குதல், புதிய தொழிற்சாலைப் பகுதிகளை உருவாக்குதல், நகரத்தில் உள்ள சேரிப்பகுதிகளை இடமாற்றுதல் முதலியவை அடங்கும். அடுத்தடுத்து உருவாக்கப்பட்ட ஐந்தாண்டுத் திட்டங்களும் இவற்றினை மையங்கொண்டே உருவாக்கப்பட்டன. வீடுகளுக்கு நிதியளித்தல், சேரிகளை அகற்றுவதற்கு முக்கியத்துவம் அளித்தல், நகரத்தின் குடிநீர் மேலாண்மை, கழிவுநீர் மேலாண்மை ஆகியவற்றைக் கவனத்தில் கொள்ளுதல், நகரப் போக்குவரத்தைச் சரிசெய்தல் எனப் பெருந்திட்டங்களின் சிக்கல்களுக்கு முக்கியத்துவம் அளித்தன. இவை நகர வாழ்க்கையில் பெரும் மாற்றங்களை உருவாக்கின.

நகரமென்னும் புழங்கு வெளியில் உயர்ந்து நிற்கும் கட்டிடங்களும் பெரும் நிறுவனங்களும் உயர்ந்த வணிக வளாகங்களும் நெரிசல் மிகுந்த சாலைகளும் பற்றாக்குறையான தங்குமிடமும் அதீத வெப்பமும் தொடர்ந்து ஒரு குறிப்பிட்ட மக்களை நகரத்திலிருந்து அந்நியப்படுத்தி வருகிறது. இவைகளே கவிதைகளில் வெளிப்படுகின்றன.

மேற்கண்ட சிறு எழுத்துரையானது நகரத்தின் வளர்ச்சிப் போக்கின் சில கட்டங்களைச் சுட்டிக்காட்டியுள்ளது. அதன்வழி தற்காலத்திய நகரம் என்னும் புழங்குவெளியின் பரந்த நோக்கு ஒருவாறு எடுத்துரைக்கப்பட்டுள்ளது.

உதவிய நூல்கள்

1. ஜார்ஜ் தாம்சன், (தமிழில் எஸ்.வி. ராஜதுரை) (2009), மனித சாரம். கோவை: விடியல் பதிப்பகம்

2. கா. சிவத்தம்பி (2003), பண்டைய தமிழ்ச் சமூகம் வரலாற்றுப் புரிதலை நோக்கி. சென்னை: மக்கள் வெளியீடு

3. ர. பூங்குன்றன் (2019), தொல்குடி வேளிர் வேந்தர். சென்னை: நியூ செஞ்சுரி புக் ஹவுஸ்

4. சண்பகலட்சுமி, (தமிழில் வேட்டை எஸ். கண்ணன்) (2022), வணிகம் கருத்தியல் நகர்மயம் – தென்இந்தியா: கி.மு. 300 முதல் கி.பி. 1300 வரை. சென்னை: பாரதி புத்தகாலயம்

5. ஞான அலோசியஸ் (தொ.ஆ.) (1999), அயோத்திதாசர் சிந்தனைகள் –I.பாளையங்கோட்டை:நாட்டார் வழக்காற்றியல் ஆய்வு மையம்.

6. Ramachandran, R. (1989), *Urbanization and Urban Systems in India*. Delhi: Oxford University Press

7. Lewandowski, Susan J. (1977), *Changing Form and Function in the Ceremonial and the Colonial Port City in India: An Historical Analysis of Madurai and Madras. Modern Asian Studies*, 1977, Vol. 11, No. 2 (1977), pp. 183-212.

இயல்:2

திணை: வரையறையாக்கம்

நகரத்திணை – வரையறையாக்கம்

இவ்வியலை இரண்டு பேராசிரியர்களின் கூற்றில் இருந்து விவரிக்கலாம். ஒன்று பேராசிரியர் தமிழவன் கூற்று;

"தமிழர்கள் நகரங்களுக்கு அவர்களின் உறைவிடங்களை விட்டு நகர்ந்தனர். அதுபோல் அவர்களின் கவிதைகளும் மாறின. மரபான, எளிமையாக, எழுதப்பட்ட கவிதை பூடகமானது. புதுநகர வாழ்க்கை, புதுவிதக் கல்வி, ஊடகங்கள் இவை அவர்களின் வாழ்வில் பல புதுமைகளைக் கொண்டு வந்தன."[1]

மற்றொரு கூற்று பேராசிரியர். ஆ.பூமிச்செல்வம் கூற்று, அவர் (2000-2010) ஆகிய பத்தாண்டுப் புதினங்களைப் பற்றிய கட்டுரையில் பின்வருமாறு கூறுகிறார்.

"ஐவகையாகப் பகுக்கப்பட்டு அறிதலுக்கு உட்படுத்தப்படும் தமிழ் நிலத்தின் ஆரம்ப கால இலக்கியங்கள் திணை சார்ந்து படைப்பாக்கம் பெற்றது போல், சமகாலத்திலும் திணைசார்ந்து பண்பாடுகளைப் பதிவு செய்யும் புதினப் படைப்பு முயற்சி முன்னெடுக்கப்பட்டுள்ளது. ஆரம்பத்தில் வட்டாரம் சார்ந்தவை என்றும், தற்போது திணை சார்ந்தவை, இனம் சார்ந்தவை என்றும் பாகுபடுத்தலுறுகின்றன."[2]

1. இளையோர்களின் புதுக்கவிதைகள், பக்: 18.
2. சமகாலத் தமிழ் நாவல் (2000 – 2010) – சில குறிப்புகள்.

மேற்கூறிய இரண்டு கூற்றுகளில் இருந்து கவிதைகள் நகரவாழ்க்கையாக்கப்பட்டு இருப்பதையும் படைப்புகள் வட்டாரத் தன்மை என்பதைத் தாண்டி திணைப்படைப்புகள் என்ற தன்மை பெற்றிருப்பதையும் அறிய முடிகிறது. இவ்விரண்டு கருத்துகளையும் ஒருங்கிணைத்து நகர்சார் கவிதைகளைத் திணைப்பின்புலத்தோடு நோக்குவதற்கான முயற்சியாக இவ்வியல் அமைகிறது. இந்த வரையறை முயற்சியில் தொல்காப்பிய திணையியல் கோட்பாட்டை முதன்மைக் கருத்தியலாகக் கொண்டு இவ்வியல் வடிவமைக்கப்படுகிறது.

நகரத்திணை – பெயர்க்காரணம்

நகரம் (city, town) என்ற பொருள் குறிக்க சங்க இலக்கியங்கள், நிகண்டுகள் வேறுபல இலக்கியங்களிலும் பல சொற்கள் கிடைக்கின்றன. இதனையெல்லாம் தொகுத்தால் போல தமிழ்ப் பேரகராதி பல சொற்களைப் பட்டியலிடுகிறது.[3] இப்பட்டியலில் உள்ள நிகாயம் *(2240)*, நிசாதனம் *(2243)*, ஷகர் *(3890)* போன்ற பல சொற்கள் வெளிப்படையாகவே தமிழ் அல்லாதன என்பது தெளிவாகிறது. ஆனால் நகர் *(2124)*, நகரம் *(2125)* ஆகிய சொற்களின் மூலமும் தமிழ் அல்லாதனவாக (சமஸ்கிருத) தமிழ்ப் பேரகராதி சுட்டுகிறது.[4]

> **நகர்[2] nakar**, n. <nagara. 1. Town, city; நகரம். *நெடுநகர் வினைபுனை நல்லில் (புறநா. 23). 2.* [T. nagaru.] House, abode, mansion; *மாளிகை. பாழியன்ன கடியுடை வியனகர் (அகநா. 15). 3.* Temple, sacred shrine; *கோயில். முக்கட்செல்வர் நகர் (புறநா. 6). 4.* Palace; *அரண்மனை. நிதிதுஞ்சு வியனகர் (சிலப். 27, 200). 5.* Dais for performing ceremonies; *சடங்கு செய்யும் இடம். தூநகரிழைத்து (சீவக. 2633). 6.* A furnished hall or place, decorated for ceremonial functions; *விசேடங்கள் நிகழும் மண்டபம். அணிநகர் முன்னினானே (சீவக. 701). 7.* Wife; *மனைவி. வருவிருந்தோம்பித் தன்னகர் விழையக் கூடி (கலித். 8).*
>
> **நகரம்[1] nakaram** , n. <nagara. 1. City, town, capital, metropolis; *பேரூர். (சூடா.) 2.* Palace; *அரண்மனை. (யாழ். அக.) 3.* Temple; *கோயில். மேழிவல னுயர்த்த வெள்ளைநகரமும் (சிலப். 14, 9).*

---

3. ஆலயம் (247), ஆவாசம் (250) – மருதநிலத்து ஊர், உசம் (391), ஊர் (498), கோட்டம் (1173), சரணம் (1313) – மருதநிலத்து ஊர், சாதனம் (1365), சீதாரி (1471), கலம் (1774), தாமம் (1837) – மருதநிலத்து ஊர், திரங்கம் – (1882), நகர் (2124), நகரம் (2125), நகரி (2125), நிகமம் (2239), நிகாயம் (2240), நிசாதனம் (2243), நியமம் (2256), பட்டணம் (2420), படப்பம் (2431) – கிராமங்கள் சூழ்ந்த நகரம், பதி (2473), பள்ளி (2552), பாடி (2637), புடபேதனம் (2751), புரம் (2770), புரி (2773), பேரூர் (3902), ஷகர் (3890), உமம் (S–150).

4. (p. 2124), (p. 2125)

4. Residence, place; *வாழிடம். நகர மருள் புரிந்து நான்முகற்குப் பூமேல் (திவ். இயற். முதற். 33).*

திராவிடச் சொற்பிறப்பியல் அகராதி நகர் என்ற சொல் தமிழ், தெலுங்கு மலையாளம், துளு ஆகிய மொழிகளில் இருப்பதாகக் குறிப்பைத் தருகிறது. இருப்பினும் சமஸ்கிருத nagara *என்ற சொல்லோடு ஒப்பிட்டுப் பார்க்குமாறு குறிப்பைத் தந்துள்ளது.*[5]

3568 **nakar**

Ta. nakar house, abode, mansion, temple, palace, town, city. Ma. nakar town, city. Tu. nagarů id. Te. nagaru palace; (Inscr.) nakaramu temple; nagari-adhikāri temple manager; navaru temple. / Cf. Skt. nagara- town, city. DED 2943.

நகரம் என்ற சொல் சமஸ்கிருத மூலம் எனக் கூறுமாறும் தரவுகள் கிடைக்கின்றன. நகரம் என்பது அகாரா(Agāram) – *'ஒன்றுகூடும் இடம்' என்ற பொருளோடு தொடர்புடையதாக இருக்கலாம். மற்றொரு மூலமாக* **gar** *என்பதைக் குறிப்பிட்டு அதிலிருந்துதான்* sarmgara – battle, fight *போன்ற சொற்கள் பிறக்கின்றன. இவ்வாறு பல விளக்கங்கள் அடங்கிய ஒரு தனிக்கட்டுரை உள்ளது.*[6] *மேலும் 'நகரத்தார்' என்று அழைக்கப்படும் நாட்டுக்கோட்டைச் செட்டியார் (அடிப்படையில் வணிக சமூகம்) குறித்தும் நினைவில் கொள்ளுதல் நலம். அவர்களின் பூர்வீகமாக, சிலப்பதிகாரக் காலத்துப் புகழ்பெற்ற நகரமான 'காவிரிப் பூம்பட்டிணம்' குறிப்பிடப்படுகிறது. பின்னர் அவர்கள் பாண்டிய மன்னர்களின் உதவியுடன் இன்றைய காரைக்குடி சுற்றுவட்டாரப் பகுதிகளில் குடியமர்ந்தனர். எவ்வாறாயின் அச்சமூகம் நகரத்தோடு நேரடியாகத் தொடர்பு கொண்ட சமூகமாக அறியப்பட்டிருக்கிறது.*

திணை என்பதற்குப் பூமி, இடம்(பிங்.), வீடு(பரிபா.), குலம்(குறுந்.), ஒழுக்கம்(மலைபடு.), அகமும் புறமுமாகிய ஒழுக்கம், உயர்திணை அஃறிணைகளாகிய பகுப்புகள் எனத் தமிழ்ப் பேரகராதி பட்டியலிட்டுள்ளது.[7] *தொடக்கத்தில் நிலமென இருந்த திணைகளைத் தமிழ் அகமரபு அகமும் புறமுமாகிய ஒழுக்கமாகவும் மாற்றியிருப்பதாக அறிஞர்கள் கூறுவர். இம்மரபு தொல்காப்பியத்திற்கு முன்பிருந்தே இருந்திருக்கலாம். தொல்காப்பியம் 'பாலை' என்பதற்குத் தனியான நிலத்தை*

---

5. (p. 314)

6. P. Tedesco(1947), Sanskrit Nagara- 'Town', Published online: 04 Dec 2015. https://www.tandfonline.com/doi/epdf/10.1080/00437956.1947.11659307?needAccess=true&role=button

7. ப: 1874

வரையறை செய்யவில்லை. பின்னர் வந்த அகப்பொருள் இலக்கண நூல்கள் பாலை என்பதை (சுரத்தோடு) பாலைவனத்தோடு தொடர்பு படுத்திவிட்டன. பாலைக்காக நிலம் கூறும் மரபை 9ஆம் நூற்றாண்டுப் பொருளிலக்கண நூலான தமிழ்நெறி விளக்கம்தான் தொடங்கிவைத்ததாகக் கூறுவர்.[8]

"பொருப்பே வெம்பரல் புறவொடு பழனம்
பரப்பமை வாரி குறிஞ்சி முதற்பாகே."*

(தமிழ்நெறி விளக்கம் நூற்பா:3)

சிலப்பதிகாரம் காலம் வரையிலும் பாலை என்பதற்குத் தனியான நிலம் இல்லாமையைக் கீழ்க்கண்ட பாடல்வழி அறியலாம்.

"முல்லையுங் குறிஞ்சியும் முறைமையின் திரிந்து
நல்லியல் பிழந்து நடுங்குதுய ருறுத்துப்
பாலை யென்பதோர் படிவங் கொள்ளும்" (64 – 66)

– காடுகாண் காதை

ஆனாலும் பாலைக்கு நிலம் ஒழிந்த மற்ற முதற்பொருள் தொல்காப்பியத்தில் குறிப்பிடப்பட்டுள்ளன.

"நடுவுநிலைத் திணையே நண்பகல் வேனிலொடு
முடிவு நிலை மருங்கின் முன்னிய நெறித்தே."

(அகத்திணையில்:11)

"பின்பனிதானும் உரித்து என மொழிப." **(அகத்திணையில்:12)**

பாலை திணைக்கு உரிப்பொருளும் தொல்காப்பியத்திலேயே சுட்டப்பட்டுள்ளதை அகத்திணையியல் வழி அறியமுடிகிறது.

"புணர்தல் பிரிதல் இருத்தல் இரங்கல்
ஊடல் அவற்றின் நிமித்தம் என்றிவை
தேரும் காலை திணைக்கு உரிப்பொருளே."

(அகத்திணையில்:16)

'நடுவுத்திணை' என்பதன் வழியும் 'முல்லையுங் குறிஞ்சியும் முறைமையின் திரிந்து' என்பதன் வழியும் பாலை என்பது மேற்சுட்டிய இரண்டின் திரிபு என்பது தெளிவாகிறது. தொல்காப்பியர் காலத்துப் பாலை என்பது தனி நிலமாக இல்லாமல் அதாவது வாழ்வியல் பகுதியாக இல்லாமல்

---

8. பெ. மாதையன் 'அகப்பொருள்மரபுகள்' https://www.youtube.com/watch?v=4LtRL_ZDBBg&ab_channel=RadhakrishnanJ

*மலைச்சாரலும், வெம்பரலத்தமும், சிறுதூறுடைப் புறவும். மலர்களுலிய பழனஞ்சூழ்ந்த வயலும், கடலொடு கழிசார்ந்த பெருமண லெக்கரும் குறிஞ்சி, பாலை, முல்லை, மருதம், நெய்தெலன ஐம்பெருந்திணையின் நிலமுதலென்றவாறு.

செய்யுளுக்கு உரிய பிரிதல் உரிப்பொருள் வெளிப்பாட்டு முறையாகக் கொள்ள வேண்டியிருக்கிறது.

இக்காலத்தில் புதிதாக ஒரு நிலவியல் அமைப்பு தோன்றி யுள்ளதாக அல்லது உருவாக்கப்பட்டதாக எண்ணத் தோன்றுகிறது. அது நகரமும் நகரம் சார்ந்த பகுதிகளும் ஆகும். நகரங்கள் தனியான நிலவியல் அமைப்பாக மற்ற நான்கினைப் போல (பாலை தவிர்த்து) இயல்பான நில அமைப்பு அல்ல. மாறாக அவை நான்கு நில அமைப்பிலிருந்தே உருவாகின்றன அல்லது உருவாக்கப்படுகின்றன. மருதத்திற்கு ஊர்களான பேரூர், மூதூர் – களோடும் நெய்தல் திணைக்கான ஊர்களான பட்டினம், பாக்கத்தோடும் பொருத்தி எண்ணினாலே இக்கருத்தை எளிதாகப் புரிந்துகொள்ளலாம்.

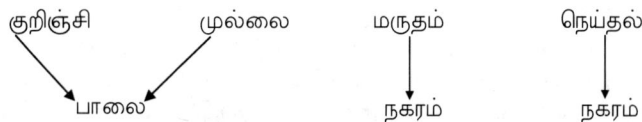

குறிஞ்சியும் முல்லையும் கலந்து பாலை நிலம் தோன்றுதல் போல அல்லது மருதத்தின் வழியும் நெய்தல் நிலத்தின் வழியும் தத்தம் இயல்புகளோடு நகரங்கள் தோற்றம் பெறுகின்றன எனக் கொள்ளலாம். குறிஞ்சியிலும் முல்லையிலும் மருதம் நெய்தல் போன்ற பெருநகர அமைப்புகள் உருவாக வாய்ப்புகள் குறைவாகும். இக்கருத்தினைச் சங்ககால இலக்கியங்களில் இடம்பெற்றுள்ள நகரங்கள் அமைந்துள்ள நிலவியல் பகுதிகளை யும் பொருத்திப் பார்த்து தெளிவு பெறலாம்.

பி. சங்கரநாராயணன் 2011, தமிழ் இலக்கியங்களில் ஊர்ப் பெயர்கள் என்ற தனது கட்டுரையில், புவியியலாளர்கள் நகரங்களைக் கீழ்க்கண்டவாறு 13 வகைகளில் பட்டியலிடு கிறார்கள் என்று குறிப்பிட்டுள்ளார். ஆனால் இது யாருடைய வகைப்பாடு, எதன் அடிப்படையில் என்பதைச் சுட்டவில்லை.

1. ஆற்றங்கரை நகரம் – ஆரிசில், காரியாறு, பொறையாறு.
2. கூடுதுறையில் அமைந்த நகரம் – கூடல், கூடலூர்
3. துறைமுக நகரம் – தொண்டி, கொற்கை, பூம்புகார்
4. கணவாயில் அமைந்த நகரம் – ஆயக்குடி ஏரகம்
5. சந்தை நகரம் – மதுரை, பூம்புகார், வஞ்சி, முசிறி
6. சுரங்கத் தொழில் நகரம்
7. தொழில் நகரம் – செயலூர், கொற்கை

8. நிர்வாக நகரம் – கருவூர், காஞ்சி

9. வாசஸ்தல நகரம் – எழில் பறம்பு பாரம்

10. சமயப்பணி நகரம் – காஞ்சி

11. பண்பாட்டு நகரம் – உறையூர்

12. தற்காப்பு நகரம் – பாழி கிடங்கில்

13. இராணுவ நகரம் – அட்டனாயில் முன்னயூர்

இருப்பினும் இக்கட்டுரைக்குப் பயன்படும் வகையிலான சில தகவல்கள் இதில் கிடைக்கின்றன. மேல் சுட்டப் பெற்ற வற்றில் துறைமுக நகரம் தவிர்த்த மற்ற நகரங்கள் அனைத்தும் மருதத்திணை நகரங்களாக இருப்பதை உணரமுடிகிறது. மற்றொரு முக்கியமான தகவல் பழங்கால நகரங்களின் பெயர்களை 13 வகைப்பாட்டோடு பொருத்திக் காட்டியுள்ள தன்மை ஆகும். நகரம் என்பது தனிப்பெரும் நில அமைப்பாக அமைந்துவிட்டதாக இப்பகுதியில் கூறவிழையவில்லை. அது மருதம், நெய்தல் திணைகளின் பகுதிக்கூறாக அதாவது ஊரமைப்பாக இருந்த அமைப்பு இன்று தனிநிலவியல் அமைப்பு போன்ற ஒரு செயற்கை தன்மை பெற்றிருக்கிறது என்பதை மறுப்பதற்கில்லை. அது நகரமயமாக்கல்(urbanization) என்ற முறையில் சமூக, அரசியல், பண்பாடு, பொருளாதாரம் ஆகிய துறைகளோடு தொடர்புடையதாகும்.

மேற்கூறிய நிலவியல் கருத்தோடும் தொல்காப்பியத் திணை விளக்கமுறையோடும் இணைத்து நகர்சார் படைப்புகளை நகரத்திணை படைப்புகள் என்ற கருத்தியலோடு வழங்கலாம் என்று தோன்றுகிறது.

நகரத்திணை – அகப்பொருள் கூறுகள்

திணைப்பிரிபு என்பது வெறும் நானில அமைப்பாக மட்டும் தொல்காப்பியத்திலும் சங்க இலக்கியங்களிலும் காணமுடியவில்லை. முதற்பொருளும் கருப்பொருளும் வேண்டுமானால் வெறும் நிலவியல் அமைப்பிற்குப் பொருந்துவ னாக இருக்கும். ஆனால் உரிப்பொருள் தன்மை பெறும்போது வாழ்வியல் கவிதையியலாக மாற்றம் பெறுகிறது. அதனைத் தொல்காப்பியம் செய்திருக்கிறது என்பதாக அறிஞர்கள் கருத்து அமைந்திருக்கிறது. இதனை விளக்கும் வகையிலே கீழே கொடுக்கப்பட்டுள்ள சில கூற்றுகள் அமைகின்றன. க. பூர்ணச்சந்திரன் தன் கட்டுரையில்,

> “சங்க இலக்கிய வாசிப்பு திணைக்கோட்பாட்டினை நாம் இரு விதமாகக் காண வாய்ப்பளிக்கிறது. ஒன்றைக்

கவிதையியல் நோக்கு என்றும் இன்னொன்றை வாழ்க்கையியல் நோக்கு என்றும் சொல்லலாம்."[9]

"நில அமைப்பு முன்பே தோன்றியிருந்த நிலையை அதை ஒத்த தன்மையைத் தொல்காப்பியர் தன் கவிதையாக்கப் பிரிவிற்கு அதாவது திணை வகைபாட்டிற்குப் பயன்படுத்திக் கொண்டார்."[10]

இதே கருத்திற்கு வலு சேர்க்கும் விதமாக சுஜா சுயம்பு தன் கட்டுரையில் பின்வரும் கருத்தைக் குறிப்பிடுகிறார்.

"இந்நூல் (தொல்காப்பியம்) தொல்தமிழர்களின் வாழ்வியலை எடுத்துக் கூறுகின்றது என்ற பொதுக்கருத்து வெகுமக்கள் வெளியில் கூறப்படுவதுண்டு. உண்மையில் தொல்காப்பியர் அவர் காலத்து வாய்மொழிப் பாடல்களைத் தளமாகக் கொண்டு அவற்றின் வகைமாதிரிகளைக் கருத்தில்கொண்டு வாழ்வியல்சார் கருத்தியலோடு அவற்றைத் தொடர்புபடுத்தி வரையறைகளையும் சுட்டி, ஒழுங்கு நிலைப்படுத்திக் கோட்பாடாகத் தந்துள்ளார். ----- தொல்காப்பியரைப் பொறுத்த வரையில் திணைக்கோட்பாடு உருவாக்கம் என்பது குழுச் சமூகத்தின் திணைசார் வாழ்வியலான வாய்மொழிப் பதிவுகளை இலக்கண விதிகளுக்கு உட்படுத்தித் திட்ட ஒழுங்கமைவுக்குள் கொண்டுவந்து பதிவு செய்வதற்கான கருவியாக ஒரு கோட்பாட்டினை உருவாக்குதல் என்பதாகும்."[11]

பேராசிரியர் பெ.மாதையன் தனது 'அகப்பொருள் மரபுகள்' எனும் உரையில் கீழ்க்கண்ட இரண்டு நூற்பாக்களையும் சுட்டிக்காட்டி அகமரபு – திணைமரபைத் தொல்காப்பியம் வாழ்வியலாகவும் கவிதையியலாகவும் நோக்கியிருக்கிறது என்கிறார்.[12]

"முதல் கரு உரிப்பொருள் என்ற மூன்றே
நுவலும் காலை முறை சிறந்தனவே
பாடலுள் பயின்றவை நாடும் காலை". (அகத்திணையியல்:3)

"மக்கள் நுதலிய அகன்ஐந் திணையும்" (அகத்திணையியல்:57)

நகரத்திணையைத் தனிநிலம் என்று நிறுவுவதைக் காட்டிலும் நகரப்பின்னணி வாழ்வியல் படைப்புகளை விளக்கும் அல்லது

---

9. தமிழின் திணைக்கோட்பாடு
10. மேலது
11. திணைக்கோட்பாடு–ஆய்வு அறம்.
12. பெ.மாதையன் 'அகப்பொருள் மரபுகள்'
https://www.youtube.com/watch?v=4LtRL_ZDBBg&ab_channel=RadhakrishnanJ

புரிந்துகொள்ளும் அல்லது வெளிப்படுத்தும் ஓர் இலக்கிய உத்தியாக வடிவமைக்க முயற்சி தேவையாகிறது. நகரம் என்பதனைத் திணையாகக் கொண்டு அதற்கு முதற்பொருளும் கருப்பொருளும் (பொழுதுகள், கருப்பொருள் போன்றவற்றை) வரையறை செய்தல் என்பது பெரும்பணியாகும். கருப்பொருள்கள் பெரும்பாலும் மருதத்திணை நகரமாக இருப்பின் மருதத்தின் கருப்பொருள்களையும் நெய்தல் வழி அமைந்த நகரமாக இருப்பின் நெய்தல் கருப்பொருள்களையும் கொண்டு அமையும் என்பது இயல்பானதே. மேலும் இரண்டிலும் நகரத்திற்கு உரித்தான பொதுமைக் கூறுகள்; தொழில்நுட்ப வளர்ச்சியின் வழி பெறப்பட்ட கருவிகள், உணவு, தொழில், இசை போன்றன இடம்பெறலாம்.*

தமிழ்நாடு கடந்த நிலப்பரப்பைத் திணையாக்கும் முயற்சிகள் நடைபெறுகின்றன. பெரும்பாலான புலம்பெயர் தமிழர்களின் புகலிடமாக, கனடா நாடு இருப்பதால் அதன் நிலவியல் அமைப்போடு தொடர்புடைய பனியும் பனிசார்ந்த பகுதிகளையும் 'ஆறாம் திணை' எனக் கொள்ளலாம் என்கிறார் கனடா வாழ் இலங்கைத் தமிழர் அ. முத்துலிங்கம். அந்தக் கருத்தியலை குரு. அரவிந்தன் அவர்கள் மேலும் விரித்து அதற்கு முற்பொருள், கருப்பொருள் உரிப்பொருள் எனப் பின்வருமாறு வரையறுத்துள்ளார்.[13]

திணை	பனிப்புலம்
முதற்பொருள்	**நிலம்:** பனியும் பனி சார்ந்த இடமும் **பெரும்பொழுது:** தை – மாதம்
கருப்பொருள்	**கடவுள்:** சூரியன் **விலங்கு:** கருங்கரடி, வெண்கரடி **பறவை:** வாத்து, சீஹள்
உரிப்பொருள்	உருகலும் உருகல் நிமித்தமும்

அ. முத்துலிங்கம், குரு. அரவிந்தன் இருவரும் தமிழ் நிலப்பரப்பைக் கடந்த 'பனியை – நிலத்தை' புதிய திணையாக்க

*. மருதம் வழி உருவான நகரத்திற்கு வேம்பையும் நெய்தல் வழி உருவான நகரத்திற்கு புன்னையையும் பூவாகக் கொண்டு பெயரிடலாம். வேம்புத்திணை, புன்னைத்திணை என அழைக்கலாம்.

13. ஆறாம் நிலத்திணை தமிழ் இலக்கியத்திற்குப் புதியது.

முயற்சிக்கிறார்கள். நிலமே இல்லதாக மெய்நிகர்(*vertual*) உலகத்தைப் புதிய திணையாக்கம் செய்யலாம் என்பதாக ஜமாலன் தனது வலைப்பக்கத்தில் ஒரு பதிவைச் செய்துள்ளார்.[14]

நகரத்திணை உரிப்பொருளாக்கம்

தமிழ்நிலம் கடந்து நிலப்பரப்பையும் புறத்தோற்றமே இல்லாத ஒன்றையும் திணையாக்கம் செய்ய முயலும்போது நகரத்தைத் திணையாக்கும் முயற்சி இயல்பானதாகவே எண்ணத் தோன்றுகிறது. இவற்றையெல்லாம் கடந்து முன்பே குறிப்பிட்டது போல நகரத்திணையைப் படைப்பு வெளிப்பாட்டு உத்தியாக முன்னிறுத்தவே இக்கட்டுரை விழைகிறது. அதற்கு கருப்பொருளைக் கடந்து உரிப்பொருளே முதன்மையானதாகிறது. தொல்காப்பியம் திணைமயக்கம் குறித்துக் கூறும் நூற்பாக்களில் எல்லாம் மயங்கினாலும் உரிப்பொருள் மட்டும் மயங்காது என்கிறது.

"உரிப்பொருள் அல்லன மயங்கவும் பெறுமே"

(அகத்திணையியல்:15)

இந்நூற்பாவிற்கு உரையாசிரியர்கள் இளம்பூரணாருக்கும், நச்சினார்க்கினியருக்கும் இடையே கருத்து வேறுபாடு இருப்பதை உரை வழி காண முடிகிறது. இளம்பூரணர் முதற்பொருளும், கருப்பொருளும் மயங்கும் ஆனால் உரிப்பொருள் மயங்காது என்கிறார். ஆனால் நச்சினார்க்கினியர் உரிப்பொருள் இல்லாத அத்திணைகளாகிய கைக்கிளையும், பெருந்திணையும் மயங்கும் என்கிறார்.[15]

---

14. ஐந்திணை நிலங்களைப்போல ஆறாம் திணையாக வலையும் வலைசார்ந்த இடமும் என தற்போதைய வலை உலகத் தமிழிற்கு விரிவுபடுத்துவதுபோல். (திணைக் கோட்பாடும் புது விமர்சனமுறையும்.)

15. உரிப்பொருள் அல்லன - உரிப்பொருளென்று ஓதப்படும் ஐந்திணையும் அல்லாத கைக்கிளையும் பெருந்திணையும்; மயங்கவும் பெறும் - நால்வகை நிலத்தும் மயங்கவும் பெறும் என்றவாறு (நச்சினார்க்கினியர் உரை).

    கருப்பொருள் மயக்கம் உண்டு. புணர்தல் முதலிய ஒழுக்கங்கள் குறிஞ்சி முதலிய எல்லா நிலங்களிலும் நிகழுமாயினும் நூலார் அவ்வந்நிலங்களுக்கே உரிமைப்படுத்தினர். ஆதலினாலும் அவ்வுரிப் பொருள் கொண்டே செய்யுளுக்குத் திணை வகுத்தல் வேண்டும் ஆதலினாலும் உரிப்பொருள் மயக்கம் விலக்கப்பட்டதாம் இரண்டு ஒழுக்கங்கள் சேரக்கூறப்படின் அச்செய்யுள் எத்திணைப்பாற்படும் என்பது அறியப்படாதாம். ஓரே காலத்தில் இரண்டொழுக்கம் நடைபெறுதல் இல்லை; செய்யுள்களும் காணப்படவில்லை. உதாரணங்கள் யாவற்றிலும உரிப்பொருளில் பொழுதும் கருப்பொருளும் மயங்கியனவாக வுளவேயன்றி வேறில்லை. அதனால் நச்சினார்க்கினியர், திணைமயக்கத்துக்கு, ஓர் உரிப் பொருள் மயங்குதலும் ஓர் உரிப்பொருளோடு ஓர் உரிப்பொருள் மயங்குதலும் ஓர் உரிப்பொருள் நிற்றற்குரிய விடத்தே பிறிதோர் உரிப்பொருள் நிற்றலும் கூறுதல் பொருந்தாது. (இளம்பூரணார் உரை.)

க. பூர்ணச்சந்திரன் தனது கட்டுரையில் சங்க இலக்கியப் பாடல் புரிதலுக்கு முதல்–கருப்பொருள்களைவிட உரிப்பொருள் முக்கியம் என்பதைப் பின்வருமாறு வெளிப்படுத்துகிறார்.

> “முதல்/ கரு/ உரி என்ற இம்மூன்றினுள் உரிப்பொருளே சிறப்பானது. ஏனெனில் முதற்பொருள் பயின்றுவராத, கருப்பொருள் காணப்படாத பாக்களைக்கூடக் காணலாம். ஆனால் உரிப்பொருளற்ற கவிதை ஒன்றையும் காண இயலாது. உரிப்பொருள் மானிட வாழ்க்கை அனுபவமே ஆதலின் சங்க இலக்கியமே மனிதமையவாத (Humanist) அடிப்படையில் அமைந்தது என்பதில் ஐயமில்லை. எனவே சங்கப்பாக்களை உரிப்பொருள் மட்டும் பெற்ற பாக்கள், உரிப்பொருள் + [முதற்பொருள்] + [கருப்பொருள்] பெற்ற பாக்கள் என்றுதான் பகுக்க முடியும்.”[16]

இதே கருத்தை ஒட்டி ‘திணை உணர்வும் பொருளும்’ என்ற நூலில் வெ. பிரகாஷ் சுட்டுகிறார்.

> ‘சங்கக் கவிதைகளில் குறிக்கப்பட்டுள்ள உணர்வுகளின் நிமித்தங்கள் விளங்காத காரணத்தால் திணைப் பகுப்புச் செய்தோர் சிக்கலை ஏற்படுத்தியுள்ளனர். இச்சிக்கலைத் தவிர்க்க தொல்காப்பியரின் முதல் – கரு – உரி என்னும் முறையியலை, உரி – கரு – முதல் என்ற வரிசை முறை மாற்றிப் பாடலை அணுக வேண்டும்’[17]

வெ. பிரகாஷ் நூலுக்கான விமர்சனக் கட்டுரை எழுதிய சுஜாசுயம்பு, முதல் – கரு – உரி என்ற வரிசை முறையைத் தொல்காப்பியர் வகுத்ததாக அறிய முடியவில்லை. இளம்பூரணார்[18] தான் முதலில் இந்த வரிசை முறையை உருவாக்கினார். பின்னர் வந்தவர்களும் இதே வரிசையைப் பின்பற்றியிருக்கிறார்கள் என்கிறார்.

தொல்காப்பியம் ஏழுவகையான இலக்கிய வகைகளைச் சுட்டுகிறகிறது.

> பாட்டு, உரை, நூலே வாய்மொழி, பிசியே
> அங்கதம், முதுசொல் அவ்வேழ் நிலத்தும்
> வண்புகழ் மூவர் தண்பொழில் வரைப்பின்

16. தமிழின் திணைக்கோட்பாடு,

17. பக்:92, 97.

18. முறைமையாற் சிறத்தலாவது, யாதானும் ஒரு செய்யுட்கண் முதற்பொருளும் கருப்பொருளும் உரிப்பொருளும் வரின், முதற்பொருளால் திணையாகுமென்பதூஉம், முதற்பொரு ளழிய ஏனையிரண்டும் வரின் கருப்பொருளால் திணையாகுமென்பதூஉம், உரிப்பொருள்தானே வரின் அதனால் திணையாகு மென்பதூஉமாம் (தொல். அகத். இளம். 3, 1928:5).

நாற்பெயர் எல்லை யகத்தவர் வழங்கும்
யாப்பின் வழியது என்மனார் புலவர் **(செய்யுளியல்:78)**

அவற்றில் பாட்டிற்கே திணை வகுத்துள்ளதை
பாடலுள் பயின்றவை நாடும் காலை **(அகத்திணையில்:3)**

என்ற நூற்பா வழியும் அறிய முடிகிறது. *(இக்கட்டுரை வழி நகரத்திணைக்கான உரிப்பொருள் வரையறுக்க முயல்வதும் சிறுகதை, புதினம், நாடகம் என இலக்கிய வகைகள் இருப்பினும் கவிதைக்கே ஆகும்.)* க. பூர்ணச்சந்திரன் தனது கட்டுரையின் தொகுப்பாகத் திணைகளின் வகைபாட்டுச் சுருக்கத்தைப் பின்வருமாறு தொகுத்துள்ளார்.

1. குறிஞ்சி – வேட்டைச் சமூகம், சுரண்டல் உருவாகா நிலை, இயற்கைக் காதல், பெருமளவு தாய்வழிச் சமூகம். வெட்சி – வேட்டைச்சமூகம், சிறிய தலைவர்கள், ஆநிரை கவர்தல்

2. முல்லை – ஆடு மாடுகள் சொந்தமாதல், தனியுடைமையின் தொடக்கம், மேய்த்தல் சமூகம், தந்தைவழிச் சமூகமாதல், கற்புக்கோட்பாடு, வஞ்சி – சிறிய தலைவர்கள், நேருக்கு நேர் போரிடல்

3. மருதம் – பெருமளவில் நிலத்தைச் சொந்தமாக்குதல், இயற்கை அழிவு, சுரண்டல், நிலவுடைமைச் சமூகம், பெண்ணுடைமைச் சமூகம், ஆண்கள் நெறிதவறுதல், நொச்சி – அரணமைத்துக் காத்தல், பெரும் அரசர்கள் தோற்றம்

4. நெய்தல் – இயற்கைக்குத் திரும்புதல், சுரண்டலற்ற நிலை, கலப்புக்காதல், சிரமம்/துன்பம்/இரங்கல்/புலம்பல், நிச்சயமற்ற பிரிவு, காஞ்சி நிலையாமை/நிலையின்மை, புலவர்கள் பேரரசை விட்டு சிறிய புரவலர்களை அணுகுதல்.

5. பாலை – களவுசெய்யும் சமூகம், மனிதனை மனிதன் அழித்தல், தற்காலிகப் பிரிவு, வெம்மை, பிரிவும் பிரிவின்மையும், வாகை – பெருவேந்தர் குறுநில மன்னர்களை வெற்றிகொண்ட தன்மை, இரக்கம்.

இந்தத் தொகுப்பு வகைபாட்டில் க. பூர்ணச்சந்திரன் அகத்திணைக்கு இணையாகப் புறத்திணைகளையும் அவற்றின் கூறுகளையும் பட்டியலிடுகிறார்.

மேலும் யாருக்கான வாழ்க்கை முறையை நகர வாழ்க்கை முறையாகப் பொதுவாக அமைப்பது என்பது பெரிய கேள்வியாகும்.

தொல்காப்பியம் இலக்கியச் சித்தரிப்பை உயர்ந்தோர் வாழ்வாகக் கொண்டுள்ளதை

"வழக்கு எனப்படுவது உயர்ந்தோர் மேற்றே" **(பொருளியல்:94)**

எனும் நூற்பா வழி அறிய முடிகிறது. ஆனால் நகரம்சார் இலக்கியப் படைப்புகள் குறிப்பாகக் கவிதைகள் இடைத்தட்டு மக்களை மையமிட்டதாக அமைந்திருப்பதை வெளிப்படையாகவே காணலாம். எனவே நகரத்திணைக்கான உரிப்பொருளையும் இடைத்தட்டு மக்களின் வாழ்வியல் நிலையில் இருந்துதான் வரையறுக்க வேண்டியதாகிறது. இங்கு இடைத்தட்டு மக்கள் என்பதை சாதி, பொருளாதாரம் என்பதாகக் கொண்டு புரிந்து கொள்வதைக் காட்டிலும் இடைத்தட்டு மனநிலை கொண்ட மக்கள் எனும் போது மேலும் தெளிவுபெறும். க. பூர்ணச்சந்திரன் தொகுத்தளித்திருப்பதைப் போலச் செய்தால் பின்வருமாறு அமைக்கலாம்.

> **நகரம்** – புலம்பெயர் வாழ்க்கை–கல்வி அல்லது வேலைக் கான முதல்நிலைப் பட்டதாரிகளின் தனிமை வாழ்க்கை – குடி இயல்பாகிவிட்ட தன்மை – பயண வாழ்க்கை – மிகைக் கொண்டாட்டத்தின் வழி சலிப்பு – துரித உணவு. போன்ற பல கூறுகளை வரையறை செய்யலாம்.

தற்கால கவிதைகள் புதுக்கவிதை என்ற நிலையைக் கடந்து நவீனகவிதை என்ற நிலையை அடைந்து விட்டன என்று கூறும் அ. ராமசாமி அவற்றின் உரிப்பொருள் குறித்துப் பின்வரும் கூற்றைப் பதிவிடுகிறார்.

> "நவீனத்துவக் கவிதைகளின் உரிப்பொருள் பெரும்பான்மை யும் பிரிவுகளையும் இழப்புகளையும் அவற்றால் உருவாகும் கையறு நிலைகளையுமே கவிதைகளாக்கிக் கொண்டிருக்கின்றன. அவ்வப்போது சேர்தலின் – அடைதலின் மகிழ்ச்சியையும் எழுதிக்காட்ட மறக்கவில்லை."[19]

'பிரிவு'தான் சங்க இலக்கியம் மற்ற எல்லா உரிப்பொருள் களுக்கும் அடிப்படை என்பதையும் வெ. பிரகாஷ் கருத்தும் இவ்விடத்து ஒப்புநோக்கத்தக்கது.[20] இதன் வழி பெறப்படும் உணர்வு வெளிப்பாடானது உறுதியாக, விரக்தி, நிராசை, கழிவிரக்கம், போன்றவைகளாகத்தான் இருக்கும்.

நகர்சார் கவிதைகளுக்கு அல்லது நகரத்திணைக்கு உரிப்பொருள் வரையறை செய்வதற்கு மேல்நிகழ்த்திய விவாதங்களோடு மற்றொரு முக்கிய கோணத்தை விளக்க

---

19. தமிழ்க் கவிதைக்குள் திணையென்னும் படிமம்.

20. உணர்வும் பொருளும், பக்:91

வேண்டியதாகிறது. அது நகரமயமாக்கல் ஆகும். நகரமயமாக்க லின் விளைவுகள் பல இருக்கின்றன. குறிப்பாக நெரிசல், சுகாதாரக்கேடு, வேலைவாய்ப்பின்மை, வன்முறை போன்ற பலவற்றைக் குறிப்பிடலாம். இதன் விளைவாக நகர்வாழ் மக்களுக்கு மனஅழுத்தமும் தொடர்புடைய மனப் பிரச்சினை களும் உருவாகிறது. இக்கருத்தை விளக்கும் பல கட்டுரைகள் கிடைக்கப்பெறுகின்றன கல்பன ஸ்ரீவாத்தவாவின் 'Urbanization and mental health' (2009)[21] என்ற கட்டுரை மேற்சுட்டிய கருத்தைப் பல்வேறு அறிஞர்களின் கருத்துகளை மேற்கோள் காட்டி விளக்குகிறது. புறநிலையில் பல விளைவுகள் நகரமயமாக்கலில் உருவாகியிருப்பதை உணர முடிகிறது. அவற்றை எதிர்கொள்வதன் வழி சில மனச்சிக்கல்களும் உருவாகின்றன. அவைகளில் சில தீவிர மனப்பிறழ்வுகள்(severe mental disorders), பதட்டம் (anxiety), அழுத்தம் (depression), தனிமை உணர்வு (alienation), குடும்பச்சிதைவு (family disintegration) ஆகியன உருவாகின்றன.[22]

மேற்கூறிய கருத்துகள் வழி பெறப்படும் உணர்வுகளைத் தொகுத்து நோக்குமிடத்து பிரிவு, விரக்தி, தனிமை உணர்வு, மனஅழுத்தம் தொடர்பான சிக்கல்களைப் பட்டியலிடலாம். இவற்றிற்கு எல்லாம் மைய காரணமாகவும் நகரமயமாக்கலின் முக்கிய தனிமனிதச் சிக்கலாகவும் இருப்பது மன அழுத்தமாகக் கருத முடிகிறது. இது ஒரு கருதுகோள் முடிவு மட்டுமே. இதனை நகரமயமாக்கலின் பொதுவான உணர்வாகக் கொள்வதில் பெரிதான சிக்கல்கள் இல்லை. ஆனால் நகர்சார்கவிதை வெளிப்பாட்டு உத்தியாக அல்லது நகரத்திணை உரிப்பொரு ளாக வரையறை செய்வது என்பது மேலும் பல ஆராய்ச்சிகள் வழி நிறுவப்பெற வேண்டிய கருதுகோளாகும். இதனை நகரப் பின்னணிக் கவிதைகளோடு பொருத்தி ஆராயும் இடத்து விளக்கம் பெறும்.

குறிஞ்சி	–	புணர்தல்
முல்லை	–	இருத்தல்
மருதம்	–	ஊடல்
நெய்தல்	–	இரங்கல்
பாலை	–	பிரிதல்

---

21. Industrial Psychiatry Journal, 75-76.

22. The series of chaos and social deviance related to urbanization is enormous. Some of them are: severe mental disorders, anxiety, depression, alienation, family disintegration etc. (Impact of Urbanization on Mental Health: A Critical Appraisal.)

(கைக்கிளை – புணர்விற்கு முன் இன்பம், பெருந்திணை – புணர்விற்குப் பின் பிரிவு)[23]

நகரத்திணை – விரைதல்(hurry, anxiety), அழுத்தம்(depression)

அழுத்தம், விரைதல், மனப்பிறழ்வு போன்ற உணர்வுகள் எல்லா நிலத்தும் நிகழும் நிகழ்வாக இருப்பினும் மற்றத்திணைகளுக்கு எவ்வாறு உரிப்பொருளாக்கம் குறியீட்டுத் தன்மையில் அமைக்கப்பட்டு உள்ளதோ அவ்வாறு நகரத்திணைக்கும் கொள்ள வேண்டியதாகிறது.

நகரம் உருவாகியிருக்கிறது அல்லது உருவாக்கப்பட்டு இருக்கிறது. அதற்கேற்ப மக்களின் வாழ்வியலும் அவர்களின் படைப்பாக்கமும் வெளிப்படுகிறது. அப்படைப்புகளை நகர்சார் நிலவியல் பின்னணியில் தமிழின் மரபார்ந்த திணைக்கோட்பாட்டின் தொடர்ச்சியாக ஆக்கும் முயற்சியாக இக்கட்டுரை எழுதப்பட்டுள்ளது. அதன் கருப்பொருள், உரிப்பொருள் ஆகியன பல நகர்சார் படைப்புகளைத் தொகுத்து வகைப்படுத்தி ஆராய்ந்தால் மட்டுமே வரையறுக்க முடியும். அதற்கான முயற்சியாக மட்டுமே இதனைக் கொள்ள வேண்டும்.

23. வெ. பிரகாஷ் (2016). திணை உணர்வும் பொருளும், ப: 57, 58

இயல்:3

கவிதைகள்: தரவாக்கம்

தரவுகளின் தேர்ந்தெடுப்பு

இப்பரிசோதனை முயற்சிக்காக 40கவிதைகள் மட்டும் எடுத்துக்கொள்ளப்படுகின்றன. எட்டுத் தொகை நூல்களான நற்றிணை, குறுந்தொகை, அகநானூறு, புறநானூறு ஆகிய நூல்களில் மொத்தம் 400பாடல்கள் உள்ளன. அவற்றில் பத்து விழுக்காடு 40 என்ற அளவில் எண்ணிக்கை முடிவு செய்யப்பட்டுள்ளது.

1.

கடல் கொல்லும் கடல்
நீ புனையும் சொற்களைப்
பரப்பி வைக்கிறேன்
மெல்லச்சாகும் அதன் உயிர்கள்
உன்னைக் கொல்கின்றன;
கூடவே கடலையும்
        – ராம் சந்தோஷ் (சொல்வெளித்தவளைகள்)

2.

உன் கடைசிச் சொல்லை
நீ உச்சரித்தாய்
உன் கடைசி முத்தத்தை
நீ கொடுத்தாய்
கடைசியிலும் கடைசியாய்
இறுகத் தழுவினாய்
கடைசிகளுக்கான அத்தனை சமிக்ஞைகளும்
நடந்தேறிவிட்டன

சில கணங்களுக்குள்
திரும்ப வருவாய் என்பது
ஒரு கனவைப் போல
கலைந்துபோன தருணத்தில்
உனக்கான
கடைசிக் கவிதையை எழுதினேன்
மௌனமாக.

– *மனுஷி* (*ஆதிக்காதலியின் நினைவுக் குறிப்புகள்*)

3

கூதிர்காலப் பின்னிரவில்
அற்புதம் நிகழ்ந்துவிடாதாவென
பட்டினப் பிரவேசம் செய்திருந்த
முதல்தலைமுறைப் பட்டதாரி
பேருந்து நிலைய வெற்றிருக்கையில் அமர்ந்தபடி வான் பார்க்க
சிரித்துக் கொண்டிருந்த நிலவு நோக்கி
நல்லை அல்லை என்றவனின் கைகளில்
அம்மா கொடுத்துவிட்ட குறுந்தொகை.

– *கு. ப. சிவபாலன்* (*இத்தொகுப்பில் உள்ளது*)

4

பேச்சுலர்ஸை ப்ளார் என்று அறையும் பெருநகரம்

ஒரு வழியாக நேற்றே வீட்டை சுத்தம் செய்தாயிற்று
இன்னும் ஊறவைத்த துணிகளை மட்டும் துவைத்தால்
போதுமானது
அன்பு மெஸ்ஸில் சாப்பிட்டுவிட்டு வருவதற்கே
இதோ 9.13 ஆகிவிட்டது
நேரமிருந்தால் ஏதாவது படம்
பார்க்கலாம் அல்லது
காமெடி நிகழ்ச்சியொன்றைக் கண்டு
சிரிக்க முயற்சிக்கலாம்
அதன் பின் தூங்க...
மேலும்
வீட்டு ஓனரிடம் கலந்தாலோசிக்க வேண்டும்
வெளியுலகை அப்படியே காட்டும்
ஜன்னல்களை அடைப்பது குறித்து

– *தினகரன்* (*இத்தொகுப்பில் உள்ளது*)

முதல் இரண்டு கவிதைகளுக்கும் அடுத்த இரண்டு கவிதைகளுக்குமான வேறுபாட்டைப் புறநிலையில் வாசிக்கும் போது உணர முடிகிறது. முதல் இரண்டு கவிதைகளில் பாலினம், கவிதையின் நிகழ்விடம், இடம்சார் குறிப்புகள் அல்லது உவமைகள், அல்லது புழங்குப் பொருட்கள் பற்றிய குறிப்புகள் இல்லை. மாறாக அடுத்த இரண்டு கவிதைகளில் கவிதையின் நிகழ்விடம், புழங்குப்பொருட்கள் போன்றன வெளிப்படு கின்றன. ஆனால் இவ்விரண்டு கவிதைகளிலும் விரக்தி, கழிவிரக்கம் தொடர்புடைய உணர்வாக இருப்பதை உணரலாம்.

மேற்கூறிய கவிதைகள் வழி 1. நகரமயமான கவிதைகள் 2. நகர்சார் கவிதைகள் என இரண்டு வகைபாட்டை உருவாக்க இயலுமா என மேலாய்வு செய்ய வேண்டியதாகிறது. அல்லது வெறும் கவிதையின் வெளிப்பாட்டு உத்தியில் உள்ள வேறுபாடு மட்டுமே என்று புரிந்துகொள்ளலாமா? எனவும் ஆராய வேண்டியதாகிறது. கடந்த பத்தாண்டுத் தமிழ்க் கவிஞர்கள் குறித்த பதிவில் சண்முக விமல் குமார் என்ற றாம் சந்தோஷ் நிலமற்று இயங்கும் கவிதைகளின் வெளியானது, யதார்த்தமல்லாத புனைவுநிலம் என்பதாக ஒரு கருத்தை முன்மொழிகிறார். நகரம் சார்ந்த கவிதைகள் குறித்து கூறுமிடத்து, "றாம், விஷ்ணு ஆகியோர்களின் கவிதைகளில் நகரம் சார்ந்த சில கவிதைகள் வரும்போதும், புழங்குச் சொற்கள் ஒருவித நகரமென ஊகிக்க முடியாத நிச்சயம் கிராமம் அல்லாத மத்தியவர்க்கப் பின்புலத்தையே கவிதைகளுக்கு அளிக்கின்றன."[1] அதே கட்டுரையில், அவ்வகையான கவிதை களில் வெளிப்படும் வெளியானது virtual landscape (மெய்நிகர் நிலவெளி) சம்பந்தப்பட்டதாகவும் மொழிவழி வெளிப்படும் உருவமற்ற வெளி என்றும் கூறுகிறார். மேற்கண்ட, றாம் சந்தோஷின் கட்டுரை வழி வெளிப்படும்;

1. யதார்த்தமல்லாத புனைவுநிலம்
2. நகரமென ஊகிக்க முடியாத கிராமம் அல்லாத மத்தியவர்க்கப் பின்புலம்
3. மெய்நிகர் நிலவெளி
4. மொழிவழி வெளிப்படும் உருவமற்ற வெளி

ஆகியவற்றைக் கொண்டு நோக்குமிடத்து, பாலினம், கவிதையின் நிகழ்விடம், இடம்சார் குறிப்புகள் அல்லது உவமைகள், அல்லது புழங்குப் பொருட்கள் அற்ற, கவிதைகளின் நகரமயமாக்கம் என்ற கருத்தியலோடு பொருத்தி நோக்குவதற்கான

---

1. 2010க்குப் பிறகு வெளிப்பட்ட நவீன தமிழ்க்கவிஞர்கள் (2022), ப:35

சாத்தியங்களை அதிகமாக்குவதாகத் தோன்றுகிறது. நகரத்திணை வரையறைக்கான கவிதைகள் தேர்ந்தெடுப்பில் மேற்கூறிய பின்புலம் குறித்த புரிதல் அவசியமாகிறது. இத்தொகுப்பில் உள்ள கவிதைகளில், நகரமயமான கவிதைகள் என்ற கருத்தியலை ஒட்டி அமைந்த கவிதைகள் தெரிவு செய்யப்படவில்லை. இருப்பினும் அகம் எனும் பிரிவில் சில கவிதைகள் அத்தன்மையில் அமைந்துள்ளன. அக்கவிதைகள் வெளிப்படுத்தும் உணர்வு விரக்தியும் கழிவிரக்கமும் சார்ந்த உணர்வாக இருப்பதால் அவை சேர்க்கப்பட்டுள்ளன.

கவிதைத் தேர்வு

- 2019, 2020, 2021, 2022 ஆகிய காலக்கட்டங்களில் எழுதப்பட்டு இணையப் பக்கங்களிலும் மின் இதழ்களிலும் கிடைக்கும் கவிதைகளில் நகரப்பின்னணியில் அமைந்த கவிதைகள் மட்டும் தேர்வு செய்யப்பட்டுள்ளன.

- கவிதைகள், காதல், காதல் அல்லாத கவிதைகள் எனும் பொருண்மையில் அகம் எனவும், தன்மை எனவும் பிரிக்கப்பட்டுள்ளன.

- கவிதைகள் எந்தவொரு முன் வரையறுத்த நோக்கின்றியும் ஆசிரியர்கள் குறிந்த எந்த பின்னணியையும் அறியாமலும் வெறும் கவிதைகளின் தன்மையை மட்டும் கொண்டு அங்கொன்றும் இங்கொன்றுமாய் (Random selection) தேர்ந்தெடுக்கப்பட்டுள்ளன.

பெயர்க்காரணம்

தமிழ்த்திணை இலக்கியங்களின் மரபான வகைபாடானது அகம் – புறம் ஆகும். அகம் என்பது ஆண் – பெண் காதல்சார் பாடல்களாகவும் புறம் என்பது மன்னனின் வீரம், கொடை, புகழ், போர் குறித்த செய்திகள் ஆகியன குறித்த பாடல்களாகவும் இருக்கின்றன. இன்றைய கவிதைகளின் பாடுபொருள் குறித்த தி.சு. நடராசனின் கூற்று இவ்வகைபாட்டுப் பெயரிடலுக்குப் பொருத்தமாக அமையும்.

"காதலும் வீரமும்தான் அகம் என்றும் புறம் என்றும் வழங்கும் அடிப்படையான பாடுபொருள்கள் இருநிலை எதிர்வுகளாக அல்ல இரு நிலைப்பட்ட பக்கங்களாக – இணைந்த பரிமாணங்களாக இந்த இரண்டுக்குள்தான் பிரிவின் துயரமும் வெற்றியின் பெருமிதமும் எல்லாமும் இன்று, வீரத்திற்கு வித்தியாசமான விளக்கங்களும் விபரீதமான அடையாளங்களும் வந்துவிட்ட, காலம் வளர்த்துவிட்ட

காலத்தில் இன்று. அடிப்படையான பாடுபொருள்கள் என்ன? வேறென்ன, சாரச் சாரல் சார்ந்து தீரத்தீர தீர்பொல்லாத காதல் தான். தொடர்ந்து முதன்மையிடத்திலிருக்கிறது. அதன் அடுத்த பக்கம்? சோகம் அவலம். துக்கம், துயரம் எப்படி வேண்டு மென்றாலும் அழைத்துக்கொள்ளுங்கள். இந்தச் சோகத்துக்குள் சுகமான சோகங்கள், சோகமான சுகங்கள் எல்லாம் உண்டு. சாவு, பயம், சாவு பற்றிய பயம்; வலி கோபம், அவநம்பிக்கை, மிரட்சி, நழுவல் எல்லாம் இதிலே உண்டு காதலும் சரி. இந்த அவலமும் சரி இரண்டுமே, முக்கியமாக அகவயம் சம்பந்தப்பட்ட உணர்வுகள்; தனிப்பட்ட மனநிலைகளின் சம்பந்தப்பட்ட அசைவுகள் இந்த இரண்டும். அப்படியானால், இவை இன்றைக் கவிதையின் அகப் பொருள்கள் அகத்திணைகள். அப்படியானால் புறம்? சமூக நிகழ்வுகள் இதுதான் புறம்: தனிப்பட்ட இலச்சினை களாகவும் தனிப்பட்ட உணர்வுகளாகவும் அல்லாமல், பகிர்ந்து கொள்கிற, பொது நிலைப்பட்ட அனுபவங்கள் அல்லது, நிகழ்வுகள் இவை புறத்தின் பண்புகள்: சமூக உறவுகள் முரண்கள், மோதல்கள், ஏழ்மை அரசியல், இயற்கை, மொழியுணர்வு சமயம் சாதி பற்றிய எதிரொலிப்புகள், கவிதை பற்றிய கருத்துநிலைகள், புதுப்புது நுகர்வுகள் இன்று இவை எல்லாமே புறத்திணைப் பொருள்கள் இப்படிச் சொல்லலாம் தானே? தருக்க ரீதியான – யதார்த்தமான காரணங்கள் உண்டு ஆகவே, சொல்லலாம் தான்."[2]

மேற்கூறிய கூற்றின்வழி தற்கால கவிதைகளைப் பாடுபொருள் அடிப்படையில்

அகம்

தன்மை (காதல் அல்லாத அகம்சார்)

புறம்

என வரையறுக்கலாம் என்பதாகத் தோன்றுகிறது.

இந்நூலில் பட்டியலிடப்பட்ட கவிதைகளில் முதல் 20 நகர்சார் கவிதைகள் ஆண் – பெண் காதல் உறவு பற்றிய கவிதை களாக இருக்கின்றன. அடுத்து உள்ள 20 நகர்சார் கவிதைகளை இன்றைய ஆளும் அல்லது அதிகார வர்க்கத்தின் புகழையோ, வீரத்தையோ, கொடைப்பண்பையோ போற்றுவதாக இல்லை. அவ்வாறே தி.சு. நடராசன் கூறும், சமூக உறவுகள் முரண்கள், மோதல்கள், ஏழ்மை அரசியல், இயற்கை, மொழியுணர்வு, சமயம், சாதி பற்றிய எதிரொலிப்புகள் ஆகியனவாகவும் இல்லை. மாறாக அவர் கூறும் அகம்சார் கவிதைகளின் காதல் அல்லாத உணர்வுகளான, சுகமான சோகங்கள், சோகமான சுகங்கள், சாவு, பயம், வலி, கோபம், அவநம்பிக்கை, மிரட்சி,

---

2. கவிதை மொழி(2008), ப:25

நழுவல் எல்லாம் தன் அகமன உணர்வுகளை வெளிப்படுத்தும் தன்மையில்தான் இருக்கின்றன. எனவே காதல் சார்ந்த கவிதைகளை அகம் என்றும், காதல் சாராத கவிதைகளை அதாவது தன்னுணர்வுக் கவிதைகளைச் சுயம் அல்லது தன்மை என்றும் அழைக்கலாம். புறக்கூறுகளான அரசியல், இயற்கை, மொழியுணர்வு போன்ற கவிதைகள் நகர்சார் பின்னணியில் எழுதப்படுவதில்லை என்று இங்கு கூறவிழையவில்லை. மாறாக அவை இத்தொகுப்பில் இடம்பெறவில்லை என்பதே ஆகும், மேலும் அது(புறம்) திணையின் உட்கூறுகளான முதல் – கரு – உரி ஆகியவற்றை வரையறுக்க இயலாததாகும்.

தரவுகள்: அகம்

1. ஊடல்

பூரான்களை நீ அடக்குவதேயில்லை
அதன் போக்கிற்கு அலைகின்றன
மேஜை
போன்சாய்
ஒயின் கோப்பைக் கைப்பிடியென சகலமும்
இரண்டு பூரான்கள் கூடுவதைப் பார்த்து
சமிக்ஞையிடுகிறாய்
எனக்கு எந்தக் கிளர்ச்சியுமில்லை என்றேன்
அப்பட்டமான பொய்தான் அது
வீட்டின் எல்லா பூரான்களின்
குறிகளையும் வெட்ட வேண்டுமென்று கத்தினாய்
நல்ல பதட்டமான சொல்லது
உன் கோபத்தை மீட்டெடுக்க
ஒரு கூடலை உதாசீனப்படுத்தினால்
போதுமானது.
என்னால் சில விஷயங்களை
எப்போதுமே செய்ய முடியாது அதிலும்
உன் பூரான்களுக்குச் சமைப்பது
அவைகளுக்குக் கிச்சடி பிடிப்பதில்லை
பயணநேரங்களில் கார் கார்பரேட்டர் வரை
நுழைந்துவிடுகின்றன
காதுகளைக் கீறுகின்றன
பாதங்களில் சறுக்காடுகின்றன
நீ அவைகளை அடக்குவதேயில்லை
எதையாவது இழுத்துக் கதவிடுக்கில்
புதைப்பது போல் பேசினால் உடனே
தைக்கப்படாத பேண்ட் ஜிப்பைப்
போலத் தரையில் செத்து நடிக்கின்றன.

— ச. துரை

நகரத்திணை

2. ஹோட்டல் சுதந்திரம்

ஒளிரும் உணவு விடுதி. சுற்றிலும் கோடை மழையின் விளம்பர அறிவிப்பு.
கையில் ஒரு புத்தகம்.
தலைப்பு: காற்று, மணல், நட்சத்திரங்கள்.
அங்கே நெடுநேரமாகப் பாலைவனத்தில் நிற்கிறார் ஒரு விமானி.
இங்கேயும் ஒருவர் உண்டு.
இருக்கையிலமர்ந்து, அதுவும் எந்த வானிலை அறிக்கைகளிலும்
வராத ஒரு ரகசியப் புயலினூடே,
தன்னை ஓட்டிச்செல்ல முயன்றபடி.
சிலர் கைகோர்த்தவாறு உள்நுழைகிறார்கள், சிலர் அத்துணை
இடைவெளிவிட்டு வெளிநடக்கிறார்கள்.
அதாவது தலைவிதியின் சுமாரான நாடகம்.
அவரா? அவர்தான் பிறப்பதற்கு முன்பிருந்து தன்னந்தனியே சாப்பிடுபவர்.
இவளைத் தெரியாதா உனக்கு?
இவள்தான் தனக்குத்தானே ஊட்டிவிட்டுக்கொள்பவள்.
ஒருவரும் கேட்கவில்லை "சரி. நீ யார்?" என்று.
நாடகத்தை விட்டு வெளியேறி நடக்க ஆரம்பிக்கிறேன்.
மழைக்குப் பிறகான கந்தல் அமைதியில்
தவம்புரியும் தெருவிளக்குகள். அவற்றின் முன்பு
அரங்கேறும் மழைப்பூச்சிகளின் நடனம். தூரத்திலே
கைவிரித்துவிட்ட தென்னைமரங்கள்.
புகைப்படத்திற்குக் குடும்பத்துடன் நிற்கும் இருள் மலைகள்.
ஒரு நட்சத்திரம்கூட மினுங்கவில்லை எனக்காக.
ஆயினும் நான் உணர்ந்தேன்:
உனது அருகாமையை
காற்றில் பறந்துவிடாதிருக்க உடைகளின் மேல் மாட்டப்பட்ட கொக்கிகள் போலே
என் மீதிருக்கும் ராத்திரி வானத்தை.

– வே.நி.சூர்யா

3.

நீண்ட நாளுக்குப் பின் சந்தித்துக் கொண்டோம்
பால்யக்கால ஞாபகங்களையெல்லாம் பேசிக்கொண்டோம்
அவன் அழுதான்
நான் என் கண்ணைத் துடைத்தேன்
பின்பு ஒரு ரயிலில் ஏறினோம்
ரயிலும் புறப்பட்டு விரைந்தது
சற்று நேரத்தில் பயணச்சீட்டுப் பரிசோதகர் ஏறினார்
பயணச்சீட்டு எடுத்திருக்கவில்லை
மேலும் அபராதம் செலுத்த பணமும் இல்லை
எப்படியோ கெஞ்சி அழுது (ஏற்கனவே
                        அழுதுகொண்டிருந்தோம்)
ரயிலைவிட்டு இறங்கினோம்
பால்யக்கால ஞாபகங்களையெல்லாம் பேசிக்கொண்டோம்
அவன் அழுதான்
நான் என் கண்ணைத் துடைத்தேன்
பின்பு ஒரு ரயிலில் ஏறினோம்

— வே.நி. சூர்யா

4. ஏதுமற்றுப்போன நேசம்

ஊடலின் சுவர்கள்
மௌனத்தின் நீர் உறிஞ்சி
கடினப்படுகின்றன
நக்கிக் கரைக்கும்
நாய்க்குட்டி அன்பின்
வால் நறுக்கிய வள் வள் சொல்கூட
சுவரின் அங்கம்தான்
கனிகவர் திறனற்ற சொற்கள்
உடைபடும் பிரியத்தின் கையறு சாட்சிகள்
ஏதும் இயலா இச்சொற்களின் தகனத்தில்
தீப்பாய்ந்து ஏதுமற்றுப்போன நேசம் தான்
முன்பு எல்லாமுமாய் இருந்ததும்.

— சுசித்ரா மாரன்

5. அந்தரங்கச் செல்ஃபி

ஒரு பக்கார்டி லெமனில்
பூட்டிவைத்த காதல் வாசனையற்றது
மதுக்குவளையின் இறுதிச்சொட்டினை
அவள் தொப்புள்குழியிலிட்டுச் சுவைப்பதில்
அரங்கேறுகிறது வாசனையுடனான ஆராதனை
முடி முதல் அடியென
முத்தம் முதல் சத்தம்வரை
அவளுக்கென்று
தனித்த பிரத்யேக சொற்களில்
அவளை வர்ணிப்பது ரோம மேளதாள நாட்களின் தாளநயம்
அந்தக் கடைசி குறுஞ்செய்தியில்
பகிரப்பட்ட மச்சத்தினைக் கண்டடைதலே
அவள் அழகினைச் சுருங்கச்சொல்லி விளங்க
வைத்தலிற்கான ஏற்பாடு
தீராத காதல்
திணராத விரகத்தின் முடிவில்
அதிகாலை 5 மணிக்கு
ஆடைகளைத் துழாவும் தீவிரத்தில்
அணைத்துக்கொண்டு புரள்வதில்
இருவருக்குமிடையில் முழங்குகிற வெப்பமானது
கூடல் நிமித்தத்தின் குட்டித் தூக்கத்திற்கானது
அதன்பின் இடுகிற ஒரு குட்டி முத்தம்
ஒரு குட்டி செல்லக் கடிபோல் கூடலில் உச்சமேதுமில்லை
திடீரெனப் பரவுகிற தீ போல
தலைக்கேறும் சிருங்கார இரசவாதம்
அந்தரங்கச் செல்ஃபிகளில் ஒளிர்ந்து நிறைவடைகிறது.

– திருமூ

6. சியர்ஸ்

அவளின் மெல்லிடைபோல்
வளைந்து நெளிந்த
அக்கண்ணாடித் தம்ளருக்குள்
அடர்சிகப்பில் மிளிரும்
கருந்திராட்சை ரசத்தினுள்
ஒரு இரும்புப் பிடியின் கைக்கொண்டு
சின்னஞ்சிறு பனிக்கட்டியை 'தொபக்'கென்ற
சத்தமெழும்படியாய்ப் போடுகிறேன்
வர்ண விளக்குகள் விட்டுவிட்டு
ஒளிரும் இக்கிளப்பின் பேரோசையில் உதிக்கும்
இன்றைய இரவு ஆட்டத்தின் குத்தாட்டக் குதூகலத்தில்
உன் சந்தன மேனியில்
சங்கீதக் குரலோசை விரவிப் பூக்க
நீலநிற விளக்கொளியில்
இடமிருந்து வலமாய்
மேலிருந்து கீழாய்
அது நின்று நின்று
எனது கற்பனையில் கரைகிறது கண்ணே..!
இருவரையும் கவிழ்க்காத
ஒருவரிக் கவிதையொன்று சொல்லியணைக்கிறேன்
வா..!
சொர்க்கத்தின் சொப்பனத்திலமர்ந்து
விசிலடித்து விளக்கணைப்போம்! சியர்ஸ்

— திருமு

ஆ. ஈஸ்வரன்

7. அகராதி

பருவங்கள் உதிரும் காலத்தில்
நாம் சந்தித்துக்கொண்டோம்
அது காலத்தின் பிழை
இயற்கையின் அலட்சியம்
பார்க்கவியலாத அநீதி
உனைக் காணாது
தனித்திருத்தல் கொடியது
தேசாந்திரியான என் கண்கள் நிலைகொள்ளாது
பூமியெங்கும் அலைந்து திரிந்தன
ஆன்மா சோர்வுற்றிருந்தபோது
சகிக்கப்பழகி தோற்றுப்போனேன்
எங்கும் எதிலும் நீயின்றி அந்நியத்தன்மை
வெறுமை அப்பிப் படர்ந்த அறையில்
துக்கத்தின் வாடை
தேடிச் சலித்த போதாமையின் குணம்
இருப்பைக் கேலிக்குள்ளாக்கியது
உன் குரல் எங்கிருந்தோ ஒலித்தது
எனக்குள்ளிருந்து ஒலித்ததா நானறியேன்
உன்னுடலருகு என்னைச் சுட்டதும் மூச்சுவிட்டேன்
ஆசுவாசம் அடைந்தேன்
இதோ என் முன் நாம்
மகத்துவமான உனது இளமையை நான் நேசிக்கிறேன்
உன் மெல்லிய மார்புகள் மோகிக்கும் வயதடைந்திருந்தன
உனது சிறிய இடை பற்றிக்கொண்டு
சிம்பொனிக்கு நினைவெளியில் ஆடத்தொடங்கினேன்
மனவயலெங்கும் முளைக்கத் தொடங்கின
நம் பூர்வீக நிலக்காட்சிகள் நறுமண சுகந்தங்கள்

நம்மிரு தேகங்களிலும் வழிந்தோடின
நடனத்தில் உன் வளைந்த பிருஷ்டம்
உயிரை அசைத்தபோது
உன்னிரு பாதங்களில் சுருங்கி விழுந்தேன்
போதம் தெளிந்து முத்தத்தால் ஈரம் வைத்தேன்
என்னுள் காடதிர்ந்தன
செண்பகப்பூவின் நிறமுள்ள
உன் கால்களில்
மருதாணி இலைகள் பூத்திருந்ததை அறிந்தேன்
மேலும்
உன்னோடு கூடி மகிழும்
முகூர்த்த கணத்தை
கனவு கண்டேன்
இந்த பூமியிலிருந்து புறப்படுவதற்கு முன்
என் தனித்த துக்கங்கள்
உன்னை அணுகாதிருக்கச் செய்ய வேண்டும்.

– **அனாமிகா**

8. ஆயிரத்து ஒண்ணாவது காதல்

இந்த இரவு விடியாமலே நீண்டுவிட்டால்
இவன் இப்படியே என்னை
அணைத்துக் கொண்டு
என் மார்பில் உமிழ் சிந்தி நீந்துவான்
ஏதும் துளைக்கப்படாத தூண்டிலில்
ஆயிரம் காதல் மாட்டும்
பாலைவன உடலில்
தரையிறங்கும் பனி
உடற்சூடு தாளாது
நீராவியாகிக் கரைந்துபோன கதையை
சுடச்சுட மெத்தைக் காஃபி பருகும் சமயத்தில்
வாசிக்க இவனிடம் கொடுப்பேன்
அதைக் கவிதையென
இவன் ஒப்புக்கொண்டால்
மிச்சத்தையும் கொடுத்துவிடுவேன்
இரவு முழுக்க என் கைகளால்
சமைத்த ஏதும் துளைக்கப்படாத
தூண்டிலில் மாட்டிய ஆயிரம் காதலில்
மேலே என் காதலையும் லேசாகத் தூவி

— பா. முரளி கிருஷ்ணன்

9.

ஆடைகளகற்றப்பட்டு
பிரேத பரிசோதனைக் கூடத்தில்
படுத்திருக்கிறது
எந்தத் திட்டமிடலுமின்றி
பிறந்ததைப் போலவே
எந்தத் திட்டமிடலுமின்றி
இறந்தும் போன பாவப்பட்ட நம் உறவு
எவருமறியாமல் பொத்திப் பொத்தி
பார்த்துப் பார்த்து
வளர்த்த போதெல்லாம்
நாம் அறிந்திருக்கவில்லை.
ஒளியேறிய கூரிய வார்த்தைகளால்
நம்மாலேயே
அது அநியாயமாகக் கொல்லப்படுமென்று.
நீதான் கொலை செய்தாயென்று
பரஸ்பரம் நீள்கின்றன விரல்கள்.
எவர் தோள்களிலும் சாய்ந்து
கரைக்க முடியாத துக்கமல்லவா.
வா வந்து அருகில் உட்கார்.
பிரேதக் கூராய்வைத் தொடங்குமுன்,
பிரிவின் கடுங் கசப்பேறிய
கடைசித் தேநீரைச் சேர்ந்து பருகலாம்.

— சிவக்குமார் கணேசன்

ஆ. ஈஸ்வரன்

10.

விசையுடன் சாற்றப்பட்டன
நனைந்த பேருந்தின் ஜன்னல் கண்ணாடிகள்.
பதற்றத்துடன் கீழிறக்கப்படுகின்றன
படிக்கட்டுகளின் கனத்த மடிப்புத் திரைகள்.
இரட்டை இருக்கையொன்றின்
ஜன்னலோரத்தில்
ஒற்றையாக அமர்ந்திருந்த நீ
அடைபடாத ஜன்னலின் வழி
முகத்தைக் காட்டுகிறாய்.
அத்தனை ஆசையுடன்
முத்தங்களிட்டுச் சிலிர்க்கிறது
வெகு நேரமாய்க் காத்திருந்த மழை.

— சிவக்குமார் கணேசன்

11.

சுவர் நகங்களால் பிராண்டி
கோரப் பற்களால் கடித்து
வெளியதிரும்படி ஓசையிட்டு
இரு கைகளால் மார்பிலறைந்து
நம்மிரு மிருகங்கள் போரிட்டு
இரத்தம் வழிய
மூச்சிரைக்க
எதிரெதிர் திசைகளில் நடக்கும்
நம்முடன்
தள்ளாடி நடந்து வருகின்றன.
நாம் பழகியபோது
நாம் தழுவிக் கொண்டபோது
நாம் முத்தமிட்டுக் கொண்டபோது
இவை எங்கிருந்தன ?

– சிவக்குமார் கணேசன்

12. வேடிக்கை

அருகாமைச் சுவர்கள் திறந்துகொள்கிறபோது
நின்று வேடிக்கை பார்க்க
கடைவீதியின் பழக்கடையொன்று கிடைத்துவிடுகிறது
உடன்வந்தவராய் கைகாட்டிவிட்டு
கடை மூலையில் சிக்னலாகிப் போகிறேன்
வெங்காயங்களைப் புடைக்கும் கிழவி
சட்டென்று கண்காட்ட
அவள் கண்களில் உரிந்த சிறு வெங்காயங்கள்
ஒரு பொம்மையாவது வாங்க வேண்டும்
வாங்கிக்கொண்டு போய் கடலில் கரைப்பது யார்
சதுர்த்திக்குப் பொறிகடலை வாங்கச் சொல்லி
சரஸ்வதியை நினைத்துக்கொண்டிருக்கிறேன்.

— க.சி. அம்பிகாவர்ஷினி

13.

சுல்தான்பேட்டை வீதியிலிருந்தபோது
பக்கத்துக்கடைக்குப் புதிதாக வந்துபோனவன்
அஜீத்தா அப்பாஸா தெரியாது
கடைபெஞ்சிற்கு வருவான்
வலைப்பின்னல் கூடையில் சிற்றுண்டிப் பாக்கெட்டுகளை
        எடுத்துத் தருவான் மாலைப் பொழுதில் மட்டுமல்ல
புதிதாக மதியமும்
பாடங்களைப் படிக்க முன்னறையில்
இடம்பிடித்தேன்.

— க.சி. அம்பிகாவர்ஷினி

14. இறந்த பிறகு

உன்னைச் சந்திக்காமல்
இருந்திருந்தால்
இந்தக் கண்ணீரை நான் சந்தித்திருக்க நேர்ந்திருக்காது
போதும் போதுமென சமாதானங்கள்
சொல்லிய பின்னும்
கேட்பதாக இல்லை ஞாபக உயிர்
வெட்டி எடுக்கப்பட்ட
உன்னொரு சதைத்துண்டம்
என் மேசையில் கிடக்கிறது
என் மேசைகளிலிருந்து
அழுகி வடிகின்றன மாம்ச மிச்சங்கள்
விரும்பி நிகழ்ந்த விலகல்கள்
பாதி சம்மதத்துடன் விலகிக்கொள்ளப்பட்ட கைகள்
துளியும் மனமில்லாமல்
அரிந்தெடுத்த ஞாபக மாமிசங்கள்
போகிற வழியில்
தூக்கியெறிய
நிறுத்தங்களில்லை
ஒரு மழைநாளில்
என் மேசை
ஒழுங்குபடுத்தப்பட்டது

ஒரு புதிய ரோஜா பதியனை
ஒரு பிளாஸ்டிக் தொட்டியில்
நட்டு மேசையில் வைத்தேன்
ஜன்னல் திரைகளை விலக்க முடியாததால்
அவை பூப்பதையோ துளிர்ப்பதையோ நிகழ்த்தவில்லை
அவை என் உடல்போல
உடல் சுமந்த மனம்போல
வாடிக்கொண்டிருந்தன
என் மேசையின்
இடப்புற கால் மக்கி வீழ்ந்துவிட்டது
சிதிலங்கள் தொகுக்கப்பட்டிருந்த
மேசை சிதிலமாகிக்கொண்டிருந்தது
வேர் அழுகியதுபோல
இந்த அறையும் அழுகத் தொடங்கியிருந்தது
கதவைத் திறக்க வேண்டும்
வெளியேற வேண்டும்
முடியாது
திறந்து திறந்து அடைந்த சூன்யங்களை
இன்னும் கணக்கெடுத்து முடியவில்லை
புறத்தே என்ன இருக்கிறது
பொருள் இருக்கிறது
உள்ளே பொருளின் மதிப்புணர்வு
புறமில்லாத பொருளில்லாத
மதிப்பில்லாத
ஒரு நாளை எதிர்கொண்டேன்
நானிறந்து இத்தனை நாளா ஆயிற்று

— சதீஷ் குமார் சீனிவாசன்

15. அவனெழுதிய இறுதிக் கவிதை

அழித்து அழித்துப்
பிழைத் திருத்தம்
செய்யப்பட்டதென் வாழ்வு
எழுதியது நானல்ல
விதியின் விரல்களாக இருக்கலாம்.
என் முதுகை நிறைத்திருக்கும்
கன்றிச் சிவந்த
சாட்டை வரிகளை வரைந்தது
காலத்தின் கைகளாக இருக்கக்கூடும்.
இப்போது
அதுவல்ல விஷயம்.
நொதித்த திராட்சைகளைக் கொண்டு
நான் பிரத்யேகமாகத்
தயாரித்து வைத்திருக்கும்
இந்த மதுவைச் சுவைக்க வாருங்கள்.
உங்கள் காதலியரையும்
உடன் அழைத்து வரலாம்
நீங்கள் நடனமாட விரும்பினால்
மிகவும் நல்லது
என் எதிரில்
ஒருவரையொருவர்
தழுவிக் கொள்வதற்கு
கூச்சப் படாதிருங்கள்.
புகை மணங்கமழும்
மாயா லோகத்தில்

மிதந்திருக்கலாம் நாம்.
என் தலை கொய்வதற்குக்
காவலாளி ஒருவன்
நீளமான வாளொன்றைக்
கூர் தீட்டுகிறான் பக்கத்து அறையில்.
உரத்துப் பாடுங்கள்
அந்தக் கிரீச்சொலி
எனக்குக் கேட்காதபடி.
தயாராகி விட்டேன் நான்
மரண தேவதையை முத்தமிடுவதற்கு.
அதற்கு முன்பாக
குதிகால் உயர்ந்த
காலணிகளை அணிந்திருக்கும்
கோதுமை நிற அழகியே
ஒயின் உலராத
உன் மென் இதழ்களால்
என்னை ஒரு முறை
ஆழ்ந்து முத்தமிட்டுப் போவாயாக.

– பிருந்தா இளங்கோவன்

16.

சிறு பருக்கள் விளையாடும் முகத்தை
டம்ளர் தண்ணீரில் கழுவி
வாரிப்பின்னாத கலைந்த கேசத்தோடு
வாய்க்குள் பிரஷ்சைச் செலுத்தி
மேலும் கீழுமாய் வாசித்துக் கொண்டிருந்த
ஒருத்தி பார்த்தும் பார்க்காமலும் பார்த்த
லாவகத்தில் ஒரு சோகையான அழகிருந்தது
இன்றைய நாள்
இப்படி இருந்தால் போதும்.

— இசை

17. பேசிக் மாடலுக்குத் திரும்புதல்

தன் ஆண்ட்ராய்டை தரையில் அடித்து
உடைத்து விட்டு
பேசிக் மாடலுக்குத் திரும்புகிறான் ஒருவன்.
பேசிக் மாடலுக்குத் திரும்புவதென்பது
மாட்டு வண்டிக்குத் திரும்புவது
நிலா சோற்றுக்குத் திரும்புவது
அணிலாடும் முன்றிலுக்குத் திரும்புவது
P.B. ஸ்ரீனிவாஸிற்குத் திரும்புவது
மீதியை வெண்திரையில் காண்க என்கிற
பாட்டுப் புத்தகத்திற்குத் திரும்புவது
நள்ளிரவு பன்னிரண்டு மணிக்கு
சூர்யா டி.விக்குத் திரும்புவது
"I love you" என்கிற ஆகப் பெரும் குழப்பத்திலிருந்து
"நான் உன்னைப் புணர விரும்புகிறேன்" என்கிற
தெள்ளத் தெளிவிற்குத் திரும்புவது.

— இசை

ஆ. ஈஸ்வரன்

18. மெய் பருவம் இசை

சுரங்க ரயில் நிலைய இயந்திரத்தில் நிரப்பிக்கொண்ட காஃபி கோப்பையோடு, இருக்கைக்குத் திரும்புகையில் அதிர்ஷ்டம்போல் முன்கேசமலைய, இடுங்கிய பழுப்புக் கண்களுடன் முறுவலித்தபடி அவள் எதிர்ப்பட்டாள். அங்கே ஒரு திசையிலிருந்து மற்றொரு திசைநோக்கி ஒளித்துண்டொன்று ஊர்ந்து கடந்தது. நீலவண்ண உடையில் எடுப்பான, அந்த வசீகரத் தோற்றத்தின் அர்த்தமே என் மனம்முழுதும் நிறைந்து ததும்ப, ஒருவித தடுமாற்றத்தைச் சந்தித்தேன். தன் அழகின்மேல் சிறிதேனும் கர்வம் கொண்டிருப்பதாகத் தோன்றவில்லை. நிச்சயமாக, செவ்வனே உடற்பயிற்சியை மேற்கொள்பவளாக இருக்க வேண்டும். மயக்கமூட்டும் தெளிவான வளைவுகளோடு, ஒயிலாக, உடலைப் பராமரித்திருந்தாள். உறைந்துவிட்ட இருப்பிலிருந்து என்னை மீட்டு, அவளுக்கு முகமன் தெரிவிக்க சிறு காலதாமதம் ஆனதை உணர்ந்தேன். கவனித்தவள், தன் மென்தளிர் விரல்களைத் தந்தாள், 'ரித்து' என்றபடி. இதுவரை எனக்குக் கிடைத்திராத வெகுமதிபோல் அந்த ஸ்பரிசத்தை உணர்ந்தேன். பனிச்சுனையின் படிவுகள், எங்கும் நறுமணச்சலனம். திருமொழியை மெல்கிறேன். அங்கிருந்த திறந்தவெளி இருக்கையில் அமர்ந்து எங்களைத் தொடங்க, வறண்ட குளிர்வீசும் அந்த மாலைக்காலம் தீட்டியிருந்த ஈயநிறமானது அடர்ந்துகொண்டிருந்தது.

— ஸ்ரீஷங்கர்

19. எண்ட 'நீ'க்கு

கோவிலில் இருப்பீர்கள் என்று நினைக்கிறேன்
உதவிக்கு ஒரு பெண்ணிருப்பதால்
பெரிதாய் ஒன்றும் வேலை இல்லை
செடிகளுக்கு ஒரு மணி நேரம்
தண்ணீர் விட்டதோடு சரி
தன்னந்தனியே வேலையும் எதுவும் இல்லாமல்
என்னவோ கஷ்டமாக இருக்கிறது
அடிக்கடி கேட்கும் பாடலொன்றை
கேட்டுக்கொண்டிருக்கிறேன்
எப்போவாவது ஒரு நாள்
எங்கேயாவது கல் கல்லாய் சிதிலமாயிருக்கும்,
எங்கோ இறங்கிச்செல்லும் படிக்கட்டுகளில்
மேல் படியில் நீங்களும்
நான் அடுத்ததிலுமாய்
உங்கள் முழங்கால்களை கட்டிக்கொண்டு
அதிலேயே தலை சாய்த்துக்கொண்டு
இந்தப் பாடலை கேட்க வேண்டுமென்று
இப்போது நினைக்கிறேன்
அன்புள்ளவரை நினைத்து,
"காத்திருந்து காத்திருந்து
புழைகள் வற்றிப்போய்
காலமும் கடந்து போய்
ஓர்த்திருந்து ஓர்த்திருந்து
கை வளைகள் கழன்று
சிரி மறந்து நூல் போல மெலிந்து போய்விட்டேன்"
என்று
ஒரு பெண்
நல்ல மழை பெய்யும் ஒரு மாலையில்
ஜன்னல் திரைச்சீலையெல்லாம்
நனைந்து காற்றில் படபடக்க
அறைக்குள்ளிருந்து கொண்டு பாடும் பாடல் இது
நீ என்னும் எண்ட 'நீ'க்கு.

— பொன். வாசுதேவன்

ஆ. ஈஸ்வரன்

20.

நண்பனின் தோழியிடம்
அதிகம் பேசியதில்லை
எப்போதாவது
இன்ஸ்டாகிராமில்
நெருப்பு விடுவது
இதய இமோஜியை பரிமாறிக்கொள்வது
இரண்டொரு வார்த்தை வாஞ்சையாக
பேசிக்கொள்வதோடு சரி
நான்தான் இதய இமோஜிக்குப் பதிலாகப் புத்தகங்களைப்
பரிமாறிக் கொள்ளலாம் என்றேன்
அவளும் சரியென்றே சொன்னாள்
கூரியர் அலுவலகத்தில்,
முகவரியை எழுதிக் கொடுத்ததும்
போன் நம்பரைக் கேட்கிறார்கள்.
எப்படி அவர்களிடம் சொல்வது? இல்லையென்று
மற்றும்
எப்படி நண்பணின் தோழியிடம் கேட்பது?
வேண்டுமென்று.

– **தினகரன்**

தன்மை கவிதைகள்

1.

கூதிர்காலப் பின்னிரவில்
அற்புதம் நிகழ்ந்துவிடாதாவென
பட்டினப் பிரவேசம் செய்திருந்த
முதல்தலைமுறைப் பட்டதாரி
பேருந்து நிலைய வெற்றிருக்கையில் அமர்ந்தபடி வான் பார்க்க
சிரித்துக் கொண்டிருந்த நிலவு நோக்கி
நல்லை அல்லை என்றவனின் கைகளில்
அம்மா கொடுத்துவிட்ட குறுந்தொகை.

— கு.ப. சிவபாலன்

2. பேச்சுலர்ஸை ப்ளார் என்று அறையும் பெருநகரம்

ஒரு வழியாக நேற்றே வீட்டைச் சுத்தம் செய்தாயிற்று
இன்னும் ஊறவைத்த துணிகளை மட்டும் துவைத்தால்
                                      போதுமானது
அன்பு மெஸ்ஸில் சாப்பிட்டுவிட்டு வருவதற்கே
இதோ 9.13 ஆகிவிட்டது
நேரமிருந்தால் ஏதாவது படம்
பார்க்கலாம் அல்லது
காமெடி நிகழ்ச்சியொன்றைக் கண்டு
சிரிக்க முயற்சிக்கலாம்
அதன் பின் தூங்க...
மேலும்
வீட்டு ஓனரிடம் கலந்தாலோசிக்க வேண்டும்
வெளியுலகை அப்படியே காட்டும்
ஜன்னல்களை அடைப்பது குறித்து

                                                — தினகரன்

3.

இத்தனை நேரமும்
கீ போர்டில் நிகழ்த்திய சீரற்ற இசைக்கோவையை
நிறுத்தியபோது மணி 6.47
குளிர்ப்பிரதேச அறையிலிருந்து
பணிவாக விடைபெற்று
வெளியேறுகையில்
மணிக்கட்டிலிருந்து முழங்கைக்கு
முன்னகர்ந்து கொண்டது சட்டை
'நிலாவே வா
செல்லாதே வா' பாடல் ஒலிக்கிற
எதிர் டீக்கடையிலிருந்து
ஆவி பறக்கிறது.
நிதானமாக அடியெடுத்து
இருபுறமும் கூர்ந்து
கவனித்துக் கடக்கிறேன் சாலையை
அவ்வளவு எளிதல்ல
ஒரு உலகத்திலிருந்து
மற்றொரு உலகத்திற்குள் நுழைவது

— தினகரன்

4. குப்பைகளைச் சுமக்கிறேன்

புற்களை மேய்ந்து
கொண்டிருந்த சிறுவன் தோற்பை நிரம்பிய திருப்தியில்
பூங்காவை விட்டு
வெளியேறிய போது
பாட்டிலில் அடைக்கப்பட்ட
குளிர்பானத்தை உறிஞ்சித் தூக்கி எறிகிறேன்...
வேகமாக ஓடிவந்தவன்
அதையெடுத்து
நசுக்கப்பட்ட அடிபாகத்தில்
ஆரஞ்சுச் சாற்றை
ரசித்து உறிகிறான்...
அருவருப்பாகப் பார்க்கும் என்னை
புன்னகையோடு கடந்தபோது
அவன் சேகரித்த
குப்பையின் எடை
என் தோளில் கனத்தது.

— நிழலி

5. கும்மரச்சம்

பனியகலா அதிகாலை
வேம்பு விட்டுச் சாலை கொத்தும் காக்கைகள்
சுவரொட்டி ஒட்டுகிறவர்
பால்காரர் விரையும் வாகனங்கள்
நீர் சுமக்கும் பெண்டிர்
துப்புரவுப் பணியாளர்
செல்லப்பிராணிகளோடு நடையாளர்கள்
கும்மரச்சம் போடும் குருவிக்கூட்டம்
கூட்டு சேர ஆசைதான்
இருந்து தொலைக்கிறதே
ஏழு மணி ஷிப்ட்.

— ஸ்ரீதர் பாரதி

ஆ. ஈஸ்வரன்

6.

ஒரு நாளின்
சுரண்டலுக்குப் பின்
எனது தெருவின்
மஞ்சள் விளக்குமுன்
நின்றுகொண்டிருக்கையில்
எனக்குத் தோன்றுகிறது,
'நேசிப்பதென்பது எவ்வளவு எளிமையானது'
எனது நகரத்தின்
ஓர் மூலையில்
எட்டிப் பாத்திரத்தை எடுக்கும்போது
தொடையிடுக்கில்
இழுக்கும் பளுவை உணர்பவள்,
சிரமத்துடன் முகம்பார்க்கையில்
நினைத்திருக்கக் கூடும்,
'நேசிப்பதென்பது எவ்வளவு எளிமையானது'
எனது தெருவின்
நீலநிற வீட்டுப் பால்கனியில்
தம் அடித்துக்கொண்டிருப்பவள்,
இருநாட்கள் முன்பு
இடுப்பில் சிகரெட்டை அழுத்திய
தடத்தில்
அழுத்த முயன்று தோற்கும்போது
நினைத்திருக்கக் கூடும்,

'நேசிப்பதென்பது எவ்வளவு எளிமையானது'
எனது அடுக்ககத்தின்
ஏழாம் மாடி
குளியலறை ஒன்றில்
வீரிட்ட நினைவுகளில்
தளர்ந்து சாய்ந்திருப்பவள்,
கண்ணீர் காய்ந்த நேரம்
நினைத்திருக்கக் கூடும்,
'நேசிப்பதென்பது எவ்வளவு எளிமையானது'
எனது வீட்டில்
வேலை பார்க்கும் அக்காவின்
ஒலி உணராத
காதைத் திருகி
அவரின் தையல் இயந்திரத்தில்
தலையை முட்டும்போது மறுபடி மறுபடி
நினைத்திருக்கக் கூடும்,
'நேசிப்பதென்பது எவ்வளவு எளிமையானது'
அதோ, எனக்கு எதிரில்
உடைகளைக் களைந்துவிட்டு
பலவீனத்தோடு
தன்னுடலைக் கையில் ஏந்தி
அதனுடன்
பேசிக்கொண்டிருக்கும் பெண்ணொருத்தி
இதையே தான்
சொல்லிக்கொண்டிருக்கிறாள்,
'நேசிப்பதென்பது எவ்வளவு எளிமையானது'
இதன் பிறகு
தரையில் வீழ்ந்து
நான் பெருங்குரலெடுத்து
கதறிக்கொண்டிருக்கையில்,
மஞ்சள் விளக்கு
மீண்டும் மீண்டும் சொல்கிறது,
'நேசிப்பதென்பது எவ்வளவு எளிமையானது
தெரியுமா, கண்ணே !'

— ப்ரின்சி

7.

பலநாள் கழித்து
அறையைக் காலி செய்ய வருபவன்
அதன் நிலை கண்டு
அதிர்ந்து போகிறான்
அவன் எப்போதும்
விரட்டும் புறாக்கூட்டம்
அந்த எட்டாவது பால்கனியை
தன் இறகுகளால் நிறைத்துப் போயிருந்தது
ஒரு மூலையில் குவிக்கப்பட்ட அவன் பொருட்களின்
         பொதியில் இருந்து செண்டு பாட்டில்களும்
எண்ணெய் டப்பாக்களும்
உருண்டோடின
எப்போதும் அவன் விரட்டும் புறாக்கூட்டம்
அந்த எட்டாவது பால்கனியை
தன் இறகுகளால் நிறைத்துப் போயிருந்தது
எவ்வளவு முறை கழுவினாலும்
அழுக்காகவே இருக்கும் கழிவறை அன்று
அத்தனை பளபளப்புடன் மிளிர்ந்தது
வெள்ளை பூசப்பட்ட அறை
அவனுக்கு அத்தனை
இருண்மையாய் இருந்தது
அவன் தலைக்கு மேல் சுற்றும்
மின்விசிறி அன்று ஏனோ
புழுக்கத்தை வீசியது
சொந்த இடத்திலேயே
அந்நியமாய் உணர்வது

நகரத்திணை

அவனுக்கு அதுதான் முதல்முறை
அறையைச் சுத்தம் செய்த ஊழியனுக்கு
தனக்கும் எடைக்கும் போவதைத் தவிர
அத்தனையும் குப்பையென்பதால்
சான்றிதழ் கோப்புகளையும்
விட்டுச் சென்றிருந்தான்
தொலைந்துபோன
காதலிக்காக எழுதிய டைரியும்
தொலைந்து போய்
கனத்த இதயத்துடன் வெளியேறுபவன்
எந்த காயலாங்கடையில் சென்று தேடுவான்
தன் நினைவின் சுவடுகளை!

— சோ. விஜயகுமார்

8. சிகப்பு வெளிச்சப் பெண்

நான் இருட்டை ப்ரியம் கொண்டவள்
கறுப்பு நிறத்துடையவள்
உருகும் மெழுகுவர்த்தியின் நிறத்தில் ஆடை அணிந்தவள்
நீங்கள் கூச்சலிட நான் என்
பெருத்த கொங்கைகளை வைத்திருப்பவள்.
எனக்கும் உங்களைப் போல
ஒரு விடுமுறை நாளிலாவது
கடற்கரைக்குச் சென்று
மகிழ ஆசையுடையவள்தான்.
என் அலங்காரத்தைக் கண்டு
நீங்கள் சிரித்து விடுவீர்கள், என்பதாலயே
சிகப்பு வெளிச்சத்தில் ஒதுங்கி விடுகிறேன்.
எனை நெருங்குகின்றவர்களே
இயற்கையான இச்சையுடன் போதுமாக்கிக்கொள்ளுங்கள்
எதற்கு மேற்கத்திய குதிரைகளை
மேய விடுகிறீர்கள்.
என் தொண்டைக்குழி வாடிப் போய் கிடக்கிறது
மதுசார நெடியுடன் நெருங்காதீர்
பசியில் காய்ந்து கிடக்கும் வயிறு
பிதற்றுகிறது.

கடவாயில் வழியும் வீணியால்
அசிங்கம் பண்ணாதீர்கள்
நாகரீகமாக உங்களின் பூனை நகங்களை நெஞ்சில் பதியுங்கள்
எதற்கு விலங்குகளைப் போல
அசிங்கம் பண்ணுகின்றீர்
நீண்டு விரிந்த என் கூந்தலில்
பூச்சூட வேண்டாம்
சப்பாத்தி மா போல பிசைந்து தள்ளாதீர்.
ஒட்டி கறுத்துக்கிடக்கும் தொப்புள்குழியில் சிகரட்
 துகள்களையிட்டு நிரப்பாதீர்.
உயர்தர மதுவின் நெடியைப் போல
புணர்வின் வார்த்தைகளை
ஒப்புவிக்காமலாவது
புணர்ந்து செல்லுங்கள்.
இறுதியாக
நான் ஒரு பெண்ணென்ற உங்களது
உயர்ந்த எண்ணத்தை
எனது படுக்கையிலாவது
விட்டுச்செல்லுங்கள்.

— ஜே. பிரோஸ்கான்

9.

எனது சின்ன அறையில்
பிரபஞ்சம்
மாயக் கம்பளம்
பிறை நிலா
உடு மண்டலம்
குழந்தையின் புன்னகை
வானவில்
ஆழி சூழ் உலகு
ஓலமிடும் புலம்
எறிந்து தீராத அக்னி
மயிரடர்ந்த உறுப்பு
இருக்கிறது.
அலுவலகம் சென்று
மாலை வீடு திரும்பியதும்
அத்தனையும் பத்திரமாக இருக்கிறதா
என சோதித்துப் பார்க்கிறேன்
என்னைத் தவிர வேறு யாரும்
அறைக்குள் நுழையும் வாய்ப்பே இல்லை
ஆயினும்
பிரபஞ்சத்தில் ஒரு உபரிச் சூரியனும்
மாயக்கம்பளத்தில் யாரோ அமர்ந்து சென்ற வெப்பமும்
பிறை நிலாவில் ஈசனின் கேச வாசனையும்
குழந்தையின் புன்னகையில் அமிழ்தின் கவிச்சியும்
வானவில்லில் கூடுதல் வர்ணமும்
ஆழி சூழ் உலகில் ஒரு பேரலையும்
ஓலமிடும் புலத்தில் சில பாதச்சுவடுகளும்
எறிந்து தீராத அக்னியில் மேலுமதிக உக்கிரமும்
மயிரடர்ந்த உறுப்பில் விந்துத்துளியும் இருக்கிறது.

— ஆவுடை

10.

நான் தனிமையில் இருக்கிறேன்
என்னைச் சுற்றி நான்கு சுவர்கள்
இடதுபுறம் நான்கு அடுக்குகளில் புத்தகங்கள்
எதிர்புறச் சுவரில் அலியா பட்டின் அழியாத புன்னகை
அருகில் தீபிகா படுகோனின் மஞ்சள் மயிர் தெரியும் தொப்புள்
வலது பக்கச் சன்னலிற்கு அப்பால் பெருநகரம்
அதன் ஊடாக சதா அதன் இரைச்சல்
சாயந்திரமானால் மஞ்சள் ஒளி உள்ளே பாயும்
அதிகாலையில் பக்கத்து வீட்டின் சுப்ரபாதம் ஒலிக்கும்
இரவில் கனவுகள் வரும்
ஒரு நாள் ஒரு பேய்க்கனவு
ஒரு நாள் ஒரு நடிகையைப் புணர்ந்த ஸ்கலித நிகழ்வு
ஒரு நாள் ஒரு கொலையைக் கண்டு பதறிய இடைவெட்டு
ஒரு முன்னாள் காதலியை அருகில் கண்ட பரவசம்
இதற்கு மத்தியில்தான்
நான் தனிமையில் இருக்கிறேன்.

— ஆவுடை

ஆ. ஈஸ்வரன்

11.

பறவைகளைப் பற்றி
எப்போதாவது நினைக்கிறேன்
ஏற்படுத்திக்கொண்ட சிக்கல்கள்
நிலுவையாய் உள்ள கோரிக்கைகள்
நீண்டு கொண்டே செல்லும் மாதத்தவணைகள்
இவற்றின் மத்தியில்
நீ ஓர் ஓரமாக வந்து போகிறாய்
பெருநகரம்
உன்னையும் என்னையும் அவர்களையும் இவர்களையும்
மார்போடணைத்துக்கொள்ளவே விரும்புகிறது
நடந்து செல்ல ஏராளம் உண்டு வீதிகள்
சுவாசிக்க மாசடைந்த காற்று என்றாலும்
தாராளமாய்
மலையாகக் குவிந்து கிடக்கின்றன
சமையலுக்கான காய்கறிகள் மற்றும் பண்டபாத்திரங்கள்
புதுக்கருக்குக் குலையாத ஆடைகள்
வீதியெங்கும் காய்த்துத் தொங்குகிறது
மனம் வெறிச்சோடிய போதெல்லாம்
நகரப்பேருந்தின் கூட்ட நெரிசலில் முட்டிமோதி
எப்படியோ ஆறுதல் பெற்றுவிட முடிகிறது
சந்தர்ப்பம் அமைந்தால் மனப்புணர்ச்சியும்
உடனடி ஸ்கலிதமும்
பத்து ரூபாயில் அமையும் குறும்பயணத்தில்
ஒரு நகரத்தைக் கண்டு களிக்க முடியாமல்
நீண்டு கொண்டே இருக்கின்றன காரோடும் வீதிகள்

பார்த்துத் தீராத மனித முகங்கள்
ஒன்றைப் போல் ஒன்று அல்ல எனினும்
அத்தனைப் பேரும் அந்நியர்கள்
யாரும் யாருடனும் உறவாடத் தயாரில்லை
அருகே நெருங்குவதுகூட அத்துமீறல்
தொட்டுப் பேசியோ
அணைத்துப் பிரிவதோ
அநேகம் பேர்களின் அன்றாடம் இல்லை
வெறுமனே கடந்து செல்லும் போதுகூட
அச்சமும் சந்தேகமும் உந்தித்தள்ள
சதா ஒற்றறியும் பாவனைகளை அணிந்துகொள்கிறோம்
ஓராயிரம் வழித்தடங்கள் புதிர்ப்பாதைகளைப் போல
விரிந்திருப்பினும்
ஆயுளுக்கும் சில வழிகளே
பயன்படுகின்றன
மனிதன் உண்டாக்கியவை
மனிதனுக்குரியவை
மனிதனை உத்தேசித்து எழுப்பப்பட்டவை
என நகரமெங்கும் மனித ஆக்கிரமிப்பு
பிளவுண்ட பெருஞ்சுவரின் விரிசலில்
முளைத்திருக்கும் ஆலமரத்தின் பசுந்தளிர்
புரியாமல் தன் இருப்பினை அசைத்துப் பார்க்கிறது
பகல் வற்றி உலர்ந்து போகும் என்று பதறி
வேகமாகப் படியத்தொடங்குகிறது இரவு
இரவில் சில இல்லாமல் ஆகின்றன
இரவில் சில பருவுடல் கொள்கின்றன.

— **போதி**

12.

பந்தய மைதானம் போலிருக்கிறது
அலுவலக நேரத்துச் சாலை
அனைத்தும் ஒன்றையொன்று முந்துகின்றன
பேருந்தைத் தண்ணீர் லாரி
நான்கு சக்கர வாகனங்கள் மூன்று சக்கரத்தை
மூன்று சக்கர வாகனங்கள் ஈருருளிகளை
சமயங்களில் அப்படியே தலைகீழாகவும்...
ஈருருளிகள் மிதிவண்டிகளுக்குச் சவால்விட
மிதிவண்டிக்காரர்கள் நடைபயில்பவரை முந்துகிறார்கள்
எல்லோரும் முந்திச் செல்ல...
தளர் நடையிடுகிறார் வயோதிகர்
பூமி மெதுமெதுவாகப் பின்னுக்குத் தள்ளுகிறது
சாலையோர மரங்களை
வரிசைகட்டி நிற்கும் கடைகளை!
குப்பைத் தொட்டியருகே ஓய்வெடுக்கும் நாய்களை!
வயோதிகரின் முன் நெற்றியில்
சூரியன் முத்துகளை அடுக்குகிறது
பந்தயப் பரிசாக!

— க. சுப்பிரமணியன்

13.

அதே நிறுத்தத்தில்
அதே எண்ணுள்ள பேருந்துக்காக
காத்திருக்கிறேன்
அதே அலுவலகத்தில்
அதே வேலைகள் தொடர்கின்றன
அதே மனைவி... அதே பிள்ளைகள்
எப்போதும் கிழக்கில்
அதே சூரியன்
இரவெப்போதும் அதே தூக்கம்
அதே வாழ்க்கை என்று சலித்துக்கொள்கையில்...
'அதே வசனம்' என்றொரு அசரீரி
'உனக்கு முன் 1845780 00004563687... பேர்
அலுத்துக்கொண்டார்கள்' என
தொடர்ந்து சொன்னது
அவர்களுக்கு என்ன ஆனதென்றேன்
ஆர்வம்தாளாமல்!
காலம் தீரும்வரை
அலுத்திருந்துவிட்டு
செத்துப்போனார்கள் என்றது அதே குரலில்!

— க. சுப்பிரமணியன்

14.

ஞாயிற்றுக்கிழமையைப் பூட்டியாகிவிட்டது
விரைவில்
மற்ற தினங்களையும் பூட்டிய செய்தி வரலாம்
ஜன்னல், பால்கனியிலிருந்து
வாரத்தின் எந்த நாட்களையும் பார்ப்பதற்குத்
இன்னும் தடைவிதிக்கவில்லை
பாலோ, தயிரோ, வெண்டையோ, அவரையோ
வாங்க கொஞ்சம் அவகாசம் அளிக்கப்படும்
பின் வீட்டுக்குள்ளே இருந்தபடி
அரசுடன் ஒத்துழைக்கலாம்...
கணினியின் துணையுடன் வேலைகளைத் தொடரலாம்
பாடங்களைப் படிக்கலாம்...
பொழுதுகளைப் போக்கலாம்...
பாத்திரம் கழுவுபவளுக்கு
இன்னும் ஆன்லைனில் வேலையை முடிக்கும்
தொழில்நுட்பம் வசப்படவில்லை
எந்த தொழிலாளியும்
பாதியில் நிற்கும் கட்டடத்தை
வீட்டிலிருந்தே கட்டியெழுப்பிவிட முடியாது
ஒரு வைரஸ்
உலகத்தையே சிறையில் வைத்துப் பூட்டி கெக்கலிக்கிறது
புஜங்களில் ஏற்றப்பட்ட தடுப்பூசி
என்னால் அவ்வளவுதான் முடியுமென
தலைகவிழ்ந்துகொள்கிறது
ஊரடங்கிலும் இருபத்திநாலு மணிநேரம்
என்பதுதான் கொஞ்சம் அசௌகரியமாய் இருக்கிறது.

— க. சுப்பிரமணியன்

15. நாட்கள்

மேசையில் பரப்பிக் கிடக்கின்றன
எனது எதிர்கால நாட்கள்
அவைகளில் எனக்குப் பிடித்தமான
நாட்களை மாத்திரம் தெரிவு செய்தேன்
மீதியாய் இன்னும் சில நாட்கள்
இருந்தன
அந்த நாட்களில்
ஒன்றைத் தெரிவு செய்தேன்
சிறியதும் பெரியதுமாக
மழை பொழிந்து கொண்டிருந்தது.
வீடுகளோ மனிதர்களோ அற்ற நகரமது
நான் மட்டும் எப்படி வசிப்பது

எனவே,

நாளின் இரண்டாம் பகுதிக்குள் செல்கிறேன்
தீராப் பெரும் வெயில்
உயர்ந்த கட்டிடங்களும் மனிதர்களும்
வசித்துக் கொண்டிருக்கிறார்கள்
யாரோ ஒருவனுடன் மது அருந்துகிறேன் நகருக்குள்
துப்பாக்கி ஏந்தியவர்கள்
வருகிறார்கள்
நான் வசித்த நகரத்தை அவர்கள் கைப்பற்றுகிறார்கள்
மீதமிருக்கும் வரிகளில்
எங்கள் நிலத்தை மீட்டுத்தர தேவதூதன் வருகிறார்.

— ஏ. நஸ்புள்ளாஹ்

16. குவளைக் காணிக்கை

மாநகர சுழற்சியின்
பேரிரைச்சலினூடே
பிளாஸ்டிக் குவளையில்
குலுங்கி அமர்கிறது
சில்லறைக் காசுகளின்
சலக் சலக் ஓசை.
உச்சந்தலையை
உற்றுப் பார்ப்பதைத் தவிர
வேறு வேலை இல்லையென
ஊர்ந்து செல்கிறது
மதிய வெயில்.
வயிற்றின் ஓலத்தை
குவளையின் ஓசையால் மௌனமாக்க
ஜென் சாமியின் நிதானத்துடன்
கைத்தடியைப் பின் தொடர்கிறான்
பார்வையற்ற யாசகன்.
முகங்கள் கோணலாகி
விலகி ஓடுகின்றன
பெருந்தொற்று கவலைக் கால்கள்.
கையிலிருந்த கடைசி நாணயங்களையும்
குவளையுள் காணிக்கையாக்க
சற்றே புன்னகைத்து மறைகின்றன
என் முகத்தில் அவன் கண்களும்
அவன் கண்களில் என் முகமும்.

— க. ரகுநாதன்

17.

தூக்குத் தண்டனை விதிக்கப்பட்ட
பெருநகரம் கருப்புத் துணி போர்த்திய நேரம்
வானவில் உடுத்தியிருந்த
முதியவளின் புன்னகை
ஆயாசம் நிறைந்தது
பேரம் முடிந்த சம்போகத்தின்
தடையாகத் தொங்கியபடி
வெளிச்சம் கசிகிறது சோடியம் விளக்கு
கூடுதலாக வருமானம்
எதிர்பார்த்த ஆட்டோ ஓட்டுநர்
சாவுகிராக்கி ஒருவனின் வாந்தியை
அலசிச் செல்கிறான்
பொதுக்கழிப்பிடத்தில்
குறி வரைந்த வக்கிரத்தின்
கரிக்கோட்டு எண்கள் யாருக்கானவை
வேகத்தடைகளை மதிக்காமல் சீறிப்பாய்கிறது
நான்கு வழிச்சாலை மிருகம்
சாக்கடையில் மிதக்கும்
வெள்ளி மோதிரம்
சுயத்தை மறைத்த கணத்தில்
எல்லோருக்கும்
நல்லிரவு...

— யாழ் எஸ் ராகவன்

18. முன்மதியப் பொழுதுகள்

இந்த முன்மதியப் பொழுதுகளின் வெயில்
அவ்வளவு உவப்பானதாக இல்லை.
முன்மதியப் பொழுதுகளின் வெயில்
பதட்டத்தையும் சோர்வையும்
ஒருங்கே தருகிறது.
பணி செல்லும்
வாகனக் கூட்டம் வடிந்து
நெரிசலற்றுப் போயிருக்கும்
இந்த நகரத்தின் வீதியில்
ஒரு வேண்டப்படாத வெம்மையாகப் பரவுகிறது.
பள்ளியின் இரண்டாம் பீரியட் தொடங்குகிறது
பணியிடத்தின்
இரண்டாம் மணிக்கூறு ஆரம்பித்துவிட்டது.
தொழிற்சாலையின் வேலை நேர
சங்கு ஒன்று ஊதுகிறது.
சுவாரஸ்யமற்ற மனிதர்கள்
பதட்டமின்றி
அசிரத்தையாக வீதியை
மெதுவாகக் கடந்து செல்கிறார்கள்
நிதானமாக கிளாஸ் கழுவி
பாய்லரின் அரிப்பை
ஒரு தட்டு தட்டி
கொதிக்கும் பாலை குறைந்த சிம்மில் வைக்கும்
மாஸ்டரிடம் நிதானித்து ஒரு டீ சொல்கிறேன்.
முன்மதியப் பொழுதுகளின் வெயில்
இரக்கமற்றதாய் தோன்றுகிறது.
காலைப்பனி இந்நேரம் ஆவியாகியிருக்கும்.
கனவுகளின் பால்யம் வடிந்த
முப்பது வயதுகளின்
பொறுப்பும் ஏமாற்றமுமான யதார்த்தம் போலிருக்கிறது
இந்த முன்மதியம்
இந்த முன்மதியப் பொழுதுகளின் வெயில்
அவ்வளவு உவப்பானதாக இல்லை.

— விஷ்வக்சேனன்

நகரத்திணை

19.

இறுக்கத்தின் அமைதியில்
நெளிகிறது இரவு
நம்பும் என் காலடி ஓசைகளை
கேட்டு ரசித்த பூனை
புழுதிபடர்ந்த தெருப்பாதைகளை
கடந்து செல்கிறது
நடுச்சாம வீதிகளில்
நகரங்களின் அமைதியை
பார்த்தபடி
விழித்திருக்கும் நிலவை
பாலென நக்கிக் குடித்தபடி
வெளியேறிக் கொண்டிருக்கும்
அதன் தடங்களுடன்
விடிந்திருந்தது பொழுது
என் வாசல் அருகே

— மஞ்சுளா

20.

குருடான நகரத்தின் சாலையோரம்
விரல் பிள்ளையை
கைமாற்றிக் கைமாற்றிப்
பிடிக்கிறாள்
ஒரு பந்து விளையாட்டு போல்
கொதிப்படங்கிய பாதை
மூச்சடைக்கும் நேரம்
விளக்குப் பரிமாற்றத்தினூடே
கொலை
நடந்தேறுகிறதைப் பாருங்கள்

— பூவன்னா சந்திரசேகர்

இயல்: 4

இயல்புகள்: தொகுப்பாக்கம்

நகரத்திணை: தொகுப்பாக்கம்

தமிழ்க் கவிதைகளின் பாடுபொருள் காலந்தோறும் மாறிக்கொண்டே வந்திருக்கிறது. தொடக்கக் காலம் தொடங்கி காதல், அறம், பக்தி என மாறி வந்திருப்பதைக் கூறலாம். கவிதை, மரபில் இருந்து புதுக்கவிதையாக மாறும்பொழுது மானுடம் பாடுதல், பொதுவுடைமைக் கருத்துகள், சமூகச் சிக்கல்கள். சுயமுன்னேற்றம் என மாற்றம் பெற்றன. இந்த மாற்றம் 1970களை ஒட்டிய வானம்பாடி கவிஞர்கள் காலத்தில் நிகழ்ந்ததாகக் கூறுவர். அக்காலத்தில்தான் வானம்பாடி கவிஞர் குழாமை ஏற்காத அல்லது எதிரான கவிஞர்கள் நவீன கவிதைகள் என்ற சொல்லைத் தோற்றுவித்தனர். நவீன கவிதையெனப் பெயர்கொண்ட கவிதைகள் அகமன உணர்வுகளை, படிமம், தொன்மம் போன்ற உத்திகள் வழி அருவமாக வெளிப்படுத்தின. மேலும் சிக்கல்களைப் புறநிலையில் நின்று தூரத்தில் வைத்துப் பார்க்கும் நவீன(modernism) மனநிலைக்கு வந்திருக்கின்றன. இது புதுக்கவிதை தோன்றிய காலத்தில் இருந்தே இருப்பினும் 1970களில் வெளிப்படையாகப் புலப்படலாயிற்று. தற்காலத்துப் புதுக்கவிதை – நவீனகவிதை இரண்டிற்குமான பண்புநிலை வேறுபாடுகள் ஏதும் இல்லை என்றே கூறலாம். மேற்கூறிய கருத்தானது பொதுப் புரிதலின்வழி உருவானது மட்டுமே.

கவிதைகளின் உள்ளடக்கம் காலம் தோறும் மாறுபட்டிருப்பினும் காதல் என்ற உள்ளடக்கம் மாறுபடாமல் இருக்கிறது. அது காலத்திற்கு ஏற்ப வெளிப்பாட்டு முறையில் வேண்டுமானால் மாறியிருக்கலாம். வைரமுத்துவின் காலந்தோறும்

காதல்[1] என்ற கவிதையை இதற்கு எடுத்துக்காட்டாகக் கூறலாம். கவிதையானது செயற்கைத் தன்மையோடு இருப்பினும் காதல் காலமாற்றத்தின் வெளிப்பாடாக மாறியுள்ள தன்மையை அக்கவிதையில் காணலாம். இவ்விடத்து முன்னுரையில் குறிப்பிடப்பட்ட தி.சு நடராசனின் கருத்தை மீள்பதிவாகக் கொண்டு விளக்கம் பெறலாம். "இன்று, வீரத்திற்கு வித்தியாசமான விளக்கங்களும் விபரீதமான அடையாளங்களும் வந்தவிட்ட காலத்தில் அடிப்படையான பாடுபொருள்கள் என்ன? வேறென்ன, சாரச் சாரல் சார்ந்து தீரத்தீர தீர்பொல்லாத காதல்தான்."

உள்ளடக்கம்

40 வயதிற்கு உட்பட்ட 25 கவிஞர்களின் கவிதைகளை 'இளையோர்களின் புதுக்கவிதைகள்' என்ற தலைப்பில் சாகித்ய அகாதெமிக்காகப் புதுக்கவிதைகளின் தொகுப்பைச் செய்த பேராசிரியர், அந்நூல் மீதான விமர்சன நிகழ்வில் தற்கால கவிதைகளின் உள்ளடக்கம் குறித்த கேள்விக்குப் பின்வருமாறு பதிலுரைக்கிறார்.[2]

1. காதல் குறித்த கவிதைகள் குறைவு
2. தற்கொலை உணர்வுகொண்ட கவிதைகள் அதிகம்
3. தங்களைச் சுற்றி நிகழும் நிகழ்வுகளைப் படிமமாக்கி கவிதை யாக்க முயற்சித்திருக்கின்றனர்.
4. பெரும்பாலான கவிதைகள் அருவத்தன்மையைக் கொண்டிருகின்றன.
5. ஒரு படிமத்தில் இருந்து மற்றொரு படிமத்திற்குத் தாவித் தாவிச் செல்கின்றனர்.
6. தன்னை வெளிக்காட்டிக்கொள்ள முயற்சிக்கின்றனர்.
7. பெரும்பான்மையான கவிதைகள் இருண்மையைக் கொண்டிருக்கின்றன.
8. மனக்கொந்தளிப்பில் இருப்பதைக் கவிதைகளில் வெளிப்படுத்த முயற்சிக்கின்றனர்.
9. அவ்வாறு விளக்க முற்படும்போது விளக்கமின்மையை வந்தடைகின்றனர்.
10. விளக்கமின்மையே விளக்கமாக மாறுகிறது.

---

1. பெய்யன பெய்யும் மழை(1999), ப:26
2. தற்காலத் தமிழில் இளையவர்களின் கவிதைப் போக்குகள் | உரை: பேரா. தமிழவன் | தில்லிகை | 2021 செப்டம்பர். https://www.youtube.com/watch?v=ylN3EHEG5z0&ab_channel=Dhilligai. பதிவேற்றம்: Oct 4, 2021

இரண்டு பேராசிரியர்களும் கருத்துகளில் காதல் கவிதைகள் குறித்த கருத்தில் இருந்து முரண்படுகின்றனர். தி.சு. நடராசன், இன்று. அடிப்படையான பாடுபொருள்கள் என்ன ? வேறென்ன, சாரச் சாரல் சார்ந்து தீரத்தீர தீர்பொல்லாத காதல் தான் என்கிறார். ஆனால் தமிழவன் காதல் குறித்த கவிதைகள் குறைவு என்கிறார். தி.சு. நடராசன் பொதுவான கவிதைகளின் உள்ளடக்கத்தையும் தமிழவன் குறிப்பிட்டது அவர் தொகுத்த தொகுப்பில் உள்ள கவிதைகளையும் கூறுவதாகக் கொள்ளலாம்.

தற்காலக் கவிதைகளைப் பாடுபொருள் அடிப்படையில் கவிஞரும் திறனாய்வாளருமான இளங்கோ கிருஷ்ணன் தனது உரையில் கீழ்க்கண்டவாறு நான்காகப் பகுக்கிறார்.[3]

1. தத்துவக் கவிதைகள் அல்லது தரிசனக் கவிதைகள்

2. சமூகக் கவிதைகள் அல்லது அரசியல் கவிதைகள்

3. பாரமற்ற கவிதைகள் அல்லது பகடி கவிதைகள்

4. இரண்டின் இயைபு கவிதைகள்.

இவரின் பட்டியலிலும் காதல்சார் கவிதைகளுக்கான இடம் இல்லை. எவ்வாறாயினும் தரவுகளாக இவ்வாய்விற்குத் தேர்ந்தெடுக்கப்பட்ட நகர்சார் கவிதைகளில் 20 கவிதைகள் காதல் பாடுபொருளாக உள்ளவை சேர்க்கப்பட்டுள்ளன. அவற்றின் உள்ளமை துறைகள்போல அமைந்து துணைப்பாடு பொருள் என்ன என்பதையும் அதேபோன்று தன்மைக் கவிதைகளின் துணைப்பாடுபொருள்கள் என்ன என்பதையும் முன்வரையறுத்த பட்டியல் ஏதுமின்றி இப்பகுதி விளக்குகிறது.

அகப்பாடல்களின் உள்ளடக்கம்: கழிவிரக்கம் – விரக்தி

முதல் இரண்டு பாடல்களும் பெண் கூற்றாய் அமைந்துள்ளது. கணவன் புணர்விற்கு அழைத்தும் மறுக்கும் பெண்ணின் பாடல் முதல் பாடலாகவும் காதலனைப் பிரிந்து ஒரு நட்சத்திர விடுதியில் இருக்கும் பெண்ணின் ஏக்கத்தை இரண்டாம் பாடலும் கூறுகின்றன.

இரண்டு பூரான்கள் கூடுவதைப் பார்த்து
சமிக்ஞையிடுகிறாய்
எனக்கு எந்தக் கிளர்ச்சியுமில்லை என்றேன். (அ:1)

ஆயினும் நான் உணர்ந்தேன்:
உனது அருகாமையை (அ:2)

---

3. நவீன தமிழ்க் கவிதைகள் – பேசுபொருளும் மொழியும், https://www.youtube.com/watch?v=sM3ws_i6USY&ab_channel=ShrutiTV, பதிவேற்றம் செய்த நாள்: 27-7-2019

இதேபோன்று கணவனைத் தற்காலிகப் பிரிவுகொண்ட பெண்ணின் ஏக்கத்தைக் கூறுவது போன்று (அ:19)வது பாடல் அமைந்துள்ளது.

கழிந்ததை எண்ணி இரங்கும் தன்மை கொண்ட பாடல் களாக முறையே (அ:3), (அ:4), (அ:7), (அ:9), (அ:11), (அ:14), (அ:5) ஆகியன உள்ளன.

நீண்ட நாளுக்குப் பின் சந்தித்துக்கொண்டோம்
பால்யக்கால ஞாபகங்களையெல்லாம் பேசிக்கொண்டோம்
(அ:3)

ஏதுமற்றுப்போன நேசம்தான் முன்பு எல்லாமுமாய் இருந்ததும். (அ:4)

பருவங்கள் உதிரும் காலத்தில்
நாம் சந்தித்துக்கொண்டோம் (அ:4)

வெறுமை அப்பிப் படர்ந்த அறையில் துக்கத்தின் வாடை (அ:4)

உன்னோடு கூடி மகிழும்
முகூர்த்த கணத்தை
கனவு கண்டேன் (அ:4)

உறவு முறிவின் வழி ஏற்படும் கழிவிரக்கத்தைப் பேசும் பாடல் களாக (அ:9), (அ:11), (அ:14) ஆகியன அமைகின்றன.

இறந்தும் போன பாவப்பட்ட நம் உறவு (அ:9)

கூர் நகங்களால் பிராண்டி
கோரப் பற்களால் கடித்து -----
நாம் முத்தமிட்டுக்கொண்டபோது
இவை எங்கிருந்தன? (அ:11)

விரும்பி நிகழ்ந்த விலகல்கள் (அ:14)

தற்கொலை விரக்தி பற்றிக் கூறும் கவிதை (அ:15) ஒன்று இடம்பெற்றுள்ளது . . .

தயாராகி விட்டேன் நான் மரண தேவதையை முத்தமிடு வதற்கு. (அ:15)

நோக்கு இன்பம்

காதலரைக் (ஆண் – பெண் இருவருக்குமான பொதுப்பெயர்) காண வேண்டும் என்ற வேட்கை உணர்வுகொண்ட (நோக்கு இன்பம்) கவிதைகளும் சில உள்ளன. அவை முறையே (அ:10), (அ:12) (அ:13), (அ:16), (அ:18)

புதிதாக மதியமும்
பாடங்களைப் படிக்க
முன்னறையில் இடம்பிடித்தேன். (அ:13)

பார்த்தும் பார்க்காமலும் பார்த்த
லாவகத்தில் (அ:16)

புணர்வு வேட்கை

புணர்வு வேண்டி நிற்கும் கவிதைகள் என முதல் கவிதையை யும் சேர்த்து ஆறு கவிதைகள் உள்ளன. அவை முறையே *(அ:1), (அ:5), (அ:6), (அ:8), (அ:17), (அ:20)* ஆகும். இக்கவிதைகள் அனைத்தும் வன்புணர்வுத் தன்மையில் உள்ளதைக் காண முடிகிறது. இத்தன்மையில் அமைந்த கவிதைகளை, துரை. சீனிச்சாமி குறிஞ்சித்திணை குறித்த விரிவாக்கக் கட்டுரையில் 'வன்குறிஞ்சி' என அழைக்கிறார்.[4]

அவள் தொப்புள்குழியிலிட்டுச் சுவைப்பதில்
அரங்கேறுகிறது வாசனையுடனான ஆராதனை (அ:5)

கள்வெறிகொண்டு புணர்வுக்கு அழைத்தல். (அ:6)

இவன் இப்படியே
என்னை அணைத்துக்கொண்டு
என் மார்பில் உமிழ் சிந்தி நீந்துவான் (அ:8)

இக்கவிதைகள் எல்லாவற்றிலும் புணர்வு நிகழ்த்த வேண்டி வன்மம் கொண்டு அழைக்கும் விரக்தி மனநிலையே உள்ளதாகத் தோன்றுகிறது.

தன்மைப் பாடல்களின் உள்ளடக்கம்: நகரவருகை – வாழ்க்கை – தனிமை – விரைதல்

தன்மைப் பாடல்கள் பெரும்பாலும் நகரவாழ்வின் வெறுமையை, தனிமையை, விரைதலை வெளிப்படுத்துவனவாக இருக்கின்றன. பெரும்பாலும் ஆண்கள் வெளிப்படுத்தும் உணர்வுகளாகவே இருக்கின்றன.

திருமணமாகாத ஆண்களின் நகர வாழ்க்கை

இத்தன்மையில் முறையே *(த:1), (த:2), (த:3), (த:9), (த:10), (த:18)* ஆகிய பாடல்கள் உள்ளன. இரண்டாம் பாடலின் தலைப்பே பேச்சுலர்ஸை ப்ளார் என்று அறையும் பெருநகரம் என்றதாக அமைந்திருக்கிறது.

அற்புதம் நிகழ்ந்துவிடாதாவென
பட்டினப் பிரவேசம் செய்திருந்த
முதல்தலைமுறைப் பட்டதாரி (த:1)

பணிவாக விடைபெற்று வெளியேறுகையில்
மணிக்கட்டிலிருந்து முழங்கைக்கு
முன்னகர்ந்து கொண்டது சட்டை (த:3)

---

4. திணைக்கோட்பாடு(2016), ப:97

குளிரூட்டப்பட்ட அறை பிடிக்காமல் தெருமூலை டீக்கடைக்குச் செல்லும் ஆணின் நிலையைச் சுட்டும் பாடல்.

நகர வாழ்வின் விரைதல்

நகர வாழ்வின் விரைதலை வெளிப்படுத்தும் பல கவிதைகள் தன்மைக் கவிதைகளாக உள்ளன. அவை முறையே (த:4), (த:5), (த:12)லிருந்து தொடர்ச்சியாக 20 வரை.

இருந்து தொலைக்கிறதே ஏழு மணி ஷிப்ட். (த:5),

அனைத்தும் ஒன்றையொன்று முந்துகின்றன (த:12)

பின் வீட்டுக்குள்ளே இருந்தபடி அரசுடன் ஒத்துழைக்கலாம்... (த:14)

மாநகர சுழற்சியின் பேரிரைச்சலினூடே (த:16)

வேகத்தடைகளை மதிக்காமல் சீறிப்பாய்கிறது. (த:17)

நடுச்சாம வீதிகளில் நகரங்களின் அமைதியை பார்த்தபடி (த:19)

சில பாடல்களில் (த:13), (த:15), (த:18) விரைதல் உணர்வின் வழி வெளிப்படும் விரக்தியை நேரடியாக வெளிப்படுத்தம் தன்மையில் அமைந்துள்ளன.

அதே வாழ்க்கை என்று சலித்துக்கொள்கையில்... (த:13)

நான் வசித்த நகரத்தை அவர்கள் கைப்பற்றுகிறார்கள் மீதமிருக்கும் வரிகளில் எங்கள் நிலத்தை மீட்டுத்தர தேவதூதன் வருகிறார். (த:15)

முன்மதியப் பொழுதுகளின் வெயில்
பதட்டத்தையும் சோர்வையும்
ஒருங்கே தருகிறது. (த:18)

இந்த நகரத்தின் வீதியில்
ஒரு வேண்டப்படாத வெம்மையாகப் பரவுகிறது. (த:18)

தனிமை வாழ்க்கை

(த:7), (த:9), (த:10), (த:11) ஆகிய பாடல்கள் நகரவாழ்வின் தனிமையை வெளிப்படுத்துகின்றன.

என்னைத் தவிர வேறு யாரும்
அறைக்குள் நுழையும் வாய்ப்பே இல்லை. (த:9)

நான் தனிமையில் இருக்கிறேன்
என்னைச் சுற்றி நான்கு சுவர்கள் (த:10)

இவற்றின் மத்தியில் நீ ஓர் ஓரமாக வந்து போகிறாய் (த:11)

வன்முறை

பெண்கள் மீதான வன்முறை குறித்து இரண்டு கவிதைகள் (த:6), (த:8) கூறுகின்றன்

குளியலறை ஒன்றில்
வீரிட்ட நினைவுகளில்
தளர்ந்து சாய்ந்திருப்பவள்,
கண்ணீர் காய்ந்த நேரம் (த:6)

இக்கவிதையில் பெண்கள் மீதான வன்முறை பல பட்டியலிடப்பட்டிருக்கும். (த:8) – வது கவிதையானது ஒரு விலைமாது தன்னை வன்புணர்வு நிகழ்த்த வேண்டாம் என கேட்கும் தன்மையில் அமைந்துள்ளது.

ஒட்டி கறுத்துக்கிடக்கும் தொப்புள்குழியில் சிகரட்
துகள்களையிட்டு நிரம்பாதீர்.
உயர்தர மதுவின் நெடியைப்போல
புணர்வின் வார்த்தைகளை
ஒப்புவிக்காமலாவது
புணர்ந்து செல்லுங்கள். (த:8)

உருவம்

கவிதைகளை உரைநடையில் இருந்து வேறுபடுத்தும் முக்கியமான இரண்டு கூறுகள் 1. கவிதையின் மொழி 2. கவிதையில் இயல்பாக அமைந்த இசைத்தன்மை ஆகும். கவிதையின் இயல்பார்ந்த இசைத் தன்மையைத் தீர்மானிப்பது கவிதையின் சொல்தேர்வு அதாவது மொழியே ஆகும். அதற்கு ஏற்றால் போல வார்த்தைகளை வரிசை முறையில் அடுக்குவதால் வாசிப்பு எளிதாகிறது. வாசிப்பு முறைக்கு ஏற்ப அமைந்த கவிதை உருவம் பொருள் புரிதலுக்கும் இசைத்தன்மைக்கும் காரணமாக அமைகின்றன.

மொழிப்பயன்பாடு பயன்பாட்டுச் சொற்களை அவ்வாறே பயன்படுத்தல்

சொல்தேர்வில் மூன்று முறை பின்பற்றியுள்ளதை கவிதைகள் வழி அறியமுடிகிறது. புழக்கத்தில் உள்ள சொற்களைத் தமிழுக்கு மொழிபெயர்க்க முயற்சிக்காமல் அவ்வாறே எழுத்துப்பெயர்ப்பில் பயன்படுத்தல் மொழிபெயர்த்துப் பயன்படுத்தல், மரபிலிருந்து புதுக்கவிதைக்கு மாறிய போது பயன்படுத்தப்பட்ட சொற்களைப் பயன்படுத்தல் என்னும் முறையில் அமைந்திருக்கிறது.

எழுத்துப்பெயர்ப்பு	மொழிபெயர்ப்பு	மரபார்ந்த கவிதை மொழி
சிற்றுண்டிப் பாக்கெட்டுகளை – அ:12	மெத்தைக் காஃபி – அ:8	தேசாந்திரியான – அ:7
ஒரு பிளாஸ்டிக் தொட்டியில் – அ:14	பிரேதப் பரிசோதனைக் கூடத்தில் – அ:9	ஆன்மா – அ:7
பிரஷ்சைச் – அ:16	பேருந்து நிலைய வெற்றிருக்கையில் – த:1	ஆசுவாசம் – அ:7
போன் நம்பரைக் – த:20	ஈருளிகள் மிதிவண்டி களுக்கு – த:12	மகத்துவம் – அ:7
ஓனரிடம் – த:2		பரஸ்பரம் – அ:9
ஏழு மணி ஷிப்ட். – த:5		பிரத்யேகமாகத் – 15
செண்டு பாட்டில்களும் எண்ணெய் டப்பாக்களும் – த:7		ஸ்பரிசத்தை – 18
		பட்டினப் பிரவேசம் – த:1
		ப்ரியம் – த:8
		உபரிச் – த:9
		ஸ்கலித நிகழ்வு – த:10
		புஜங்களில் – த:14
		வக்கிரத்தின் – த:17
		சுவாரஸ்யமற்ற – த:18
		முன்கேசமலைய – த:18

புணர்தல் என்ற சொல் அடிக்கடி எவ்விதத் தயக்கமும் இன்றி பயன்படுத்தப்படுகிறது. ஆனால் அசிங்கமாக முகம்சுழிக்கும் தன்மையில் நகர்சார் கவிதைகள் இல்லை எனலாம்.

வடிவம் – அளவு

எல்லாக் கவிதைகளுமே நவீன – புதுக்கவிதை வடிவத்திலே உள்ளன. பெரும்பாலான கவிதைகள் ஒருபக்க அளவில் முடிவனவாக உள்ளன. சில கவிதைகள் ஒரு பக்கம் தாண்டிய தாகவும் உள்ளன. ஒரு சொல்கூட ஒரு வரிபோல உள்ளமையால் வரி எண்ணிக்கையை வரையறுக்க முடியாததாகிறது.

நடை

பெரும்பாலான கவிதைகள் வாசிப்புக்கு ஏற்ப முன்பு குறிப்பிட்டது போன்று இசைத்தன்மை பெற தொடர்களை அடுக்கி அமைந்துள்ளன. அதே வேளையில் ஒரு சில கவிதைகள் உரைநடைக்கு நெருக்கமான நடையைக் கொண்டுள்ளன.

சுரங்க ரயில் நிலைய இயந்திரத்தில் நிரப்பிக்கொண்ட
காஃபி கோப்பையோடு, இருக்கைக்குத் திரும்புகையில்
அதிர்ஷ்டம்போல் முன்கேசமலைய, இடுங்கிய பழுப்புக்
கண்களுடன் முறுவலித்தபடி அவள் எதிர்ப்பட்டாள். அங்கே
ஒரு ... (அ:18.)

ஒரு வழியாக நேற்றே வீட்டை சுத்தம் செய்தாயிற்று
இன்னும் ஊறவைத்த துணிகளை மட்டும் துவைத்தால்
                                                                         போதுமானது

அன்பு மெஸ்ஸில் சாப்பிட்டுவிட்டு வருவதற்கே
இதோ 9.13 ஆகிவிட்டது   (த:2)

ஜன்னல், பால்கனியிலிருந்து

வாரத்தின் எந்த நாட்களையும் பார்ப்பதற்கு
இன்னும் தடைவிதிக்கவில்லை
பாலோ, தயிரோ, வெண்டையோ, அவரையோ
வாங்க கொஞ்சம் அவகாசம் அளிக்கப்படும்   (த)—14

உத்திகள்

நகர்சார் கவிதைகளில் நேரடியான உவம உருபைப் பயன்படுத்தி அல்லது இல்லாமலும் ஒப்புமை சொல்லும் முறையை – உவமைப் பயன்பாட்டைக் காண முடியவில்லை. இல்லை என்றே கூறலாம். உருவகமாகச் சிலவற்றைக் குறிப்பிடலாம்.

உன் சந்தன மேனியில்
சங்கீதக் குரலோசை விரவிப் பூக்க   (அ:6)

குருடான நகரத்தின் – த:20

நகர்சார் கவிதைகள் நேரடியாகவே தன் கருத்தை விளக்கியிருப்பதாலும் அளவு கட்டுப்பாடு இல்லாமையாலும் மேலும் உரைநடைக்கு நெருக்கமான நடையைக் கையாள்வதாலும் உவமைப் பயன்பாடு குறைந்திருப்பதாகக் கணிக்க முடிகிறது.

கவிதையின் அழகியலைக் கூட்டும் அல்லது படிப்பவர்கள் தன் மனவெளியில் விரிவாக்கம் செய்துகொள்ளும் தன்மையில் அமைந்த வரிகள் நகர்சார் கவிதைளில் காணப்படுகின்றன. அவற்றிற்கு எடுத்துக்காட்டாகச் சில கவிதை வரிகளைக் கூறலாம். அவ்வரிகள் படிமத்தன்மையை ஏற்றும் விதமாக அமைந்துள்ளதைக் காண முடிகிறது.

மழைக்குப் பிறகான கந்தல் அமைதியில்   (அ:2)

ஊடலின் சுவர்கள்
மௌனத்தின் நீர் உறிஞ்சி
கடினப்படுகின்றன   (அ:4)

அருகாமைச் சுவர்கள் திறந்துகொள்கிறபோது– (அ:12)

சொல்லிய பின்னும்
கேட்பதாக இல்லை ஞாபக உயிர் (அ:14)

அரிந்தெடுத்த ஞாபக மாமிசங்கள் (அ:14)

ஓயின் உலராத
உன் மென் இதழ்களால் (அ:15)

சிறு பருக்கள் விளையாடும் முகத்தை (அ:16)

குளிர்ப்பிரதேச அறையிலிருந்து– (த:3)

புதுக்கருக்குக் குலையாத ஆடைகள்
வீதியெங்கும் காய்த்து தொங்குகிறது (த:11)

குப்பைத் தொட்டியருகே ஓய்வெடுக்கும் நாய்களை!– (த:12)

பூமி மெதுமெதுவாகப் பின்னுக்குத் தள்ளுகிறது
சாலையோர மரங்களை
வரிசைகட்டி நிற்கும் கடைகளை) – (த:12)

மதிய வெயில்.
வயிற்றின் ஓலத்தை
குவளையின் ஓசையால் மௌனமாக்க (த–16)

இறுக்கத்தின் அமைதியில்
நெளிகிறது இரவு– (த–19)

நகரங்களின் அமைதியை
பார்த்தபடி
விழித்திருக்கும் நிலவை) – (த–19)

புரியாத தன்மை அல்லது இருண்மை நகர்சார் கவிதைகளில் விலகி இருப்பதாகத் தோன்றுகிறது.

தேர்ந்தெடுக்கப்பட்ட 40 கவிதைகள் வழி கிடைத்த உள்ளடக்கக் கூறுகளைத் தொகுத்துப் பின்வருமாறு பட்டியலிடலாம்.

அகம்	தன்மை
புணர்ச்சியின் நிராகரிப்பு	நகரவாழ்க்கை – தனிமை, விரக்தி, வெறுமை, பதட்டம்
தனிமையின் கழிவிரக்கம்	வலியைத் தனதாக உணர்தல்
கழிவிரக்கம்	குடும்ப வன்முறை
மீகாமம்	விலைமாதரின் விரக்தி மனநிலை
புணர்வு வேட்கை	

உறவு முறிவு	
நோக்கு இன்பம்	
உள்ளமைந்த கோவத்தின் வெளிப்பாடு	
பரஸ்பர பிரிவு	
தற்கொலை விரக்கி	

இவ்விரண்டு தொகுதிக் கவிதைகளிலும் கழிவிரக்கம், வெறுமை, விரக்தி, பதற்றம் ஆகிய உள்ளடக்கக் கூறுகள் பொதுமையாக உள்ள தன்மையைச் சுட்டிக்காட்ட வேண்டியதாகிறது. கவிதைகளின் உருவ அமைப்பில் தற்காலத்திய புதுக்கவிதைகளின் வடிவத்தையே பின்பற்றியுள்ளன. நகர்சார் கவிதைகளுக்கே உரித்தானது போன்ற சிறப்பு வடிவம் இல்லை. மேலும் சொல் தேர்விலும் பொதுமைப்பொருள் குறிக்கும் சொற்களே பயன்படுத்தப்பட்டுள்ளமையைக் காண முடிகிறது. கவிதைகள் வாசிப்பிற்கு ஏற்ற உரைநடைத்தன்மை கொண்டிருந்தாலும் கவிதைகளின் அழகியல் தன்மையைக் கூட்டும் வகையில் உருவகத்தன்மை கொண்ட பல வரிகள் இடம்பெற்றுள்ளன.

முடிவுரை

நகர உருவாக்கத்தின் தேவை ஒவ்வொரு காலக்கட்டத்திற்கும் ஏற்ப மாறியுள்ளதை முதல் இயலின் வழி அறிய முடிகிறது. சிந்து சமவெளி நாகரிகம் என்பதே நகரநாகரிகம்தான். அக்காலத்தின் ஹரப்பா, மொஹஞ்சதாரா போன்ற பெருநகரங்களும் தோலோவீரா, காலிபங்கன், ராக்கிகடி போன்ற துணைமை நகரங்களும் மக்களின் வாழ்விடமாக இருந்திருக்கின்றன. அதன் தொடர்ச்சியாகவோ அல்லது அதற்கு அடுத்த கட்டமாகவோ சங்க காலத்தில் தமிழகத்திலும் அதே தன்மையை ஒட்டிய நகரங்கள் இருந்தமையை அகழ்வாய்வுகள் சுட்டுகின்றன. அதன் தொடர்ச்சியாக நகரங்கள், கடற்கரை ஒட்டிய வணிகநகரங்களாக இருந்தமையை, தொண்டி, வஞ்சி, கொற்கை போன்றவற்றால் அறியலாம். இடைக்காலத்தில் நகரங்கள் கோயிலைச் சுற்றி அமைக்கப்பட்டிருந்ததை தனபால் கட்டுரை தெளிவாக்குகிறது. பின்னர் ஏற்பட்ட காலனிய ஆங்கிலப் போராதிக்கம் மெட்ராசை இன்றைய சென்னையைப் பெருநகராக்கியது என்பதை மறுப்பதற்கில்லை. நகரங்களின் இயல்பு ஆளும் அதிகார வர்க்கத்தின் தேவைக்கேற்பவும் வாழுநர்களின் இயல்பிற்கேற்பவும் மாறுபட்டாலும் நகரம் என்பது தமிழ் நிலத்திற்குப் புதிதல்ல என்பது தெளிவாகிறது.

இவ்வாறான நகரம் எனும் மக்கள் புழங்கும் வாழ்நிலம், படைப்புகளை ஆக்கம் செய்யும்போது திணையாகமாற்றம்பெறுகிறது. அதனையே இரண்டாம் இயல் விளக்க முற்பட்டிருக்கிறது. அந்நிலத்திற்குத் தமிழ் அகப்பொருள் இலக்கணங்கள் குறிப்பிடும்

நால்நில வகைபாட்டின் தொடர்ச்சியாக அமையும் சாத்தியங்கள் இருக்கின்றன. அதற்கான தர்க்க அளவைகளை எடுத்துரைப்பது முதல் கட்டமாகும். அந்நால்நில வகைப்பாட்டின் வழி மருதத்தின் வழியும் நெய்தல் வழியும் நகரங்கள் உருவாக்கப்பட்டிருக் கின்றன என்பது புலனாகிறது. அடுத்த கட்டமாக அவ்வாறு நகர்சார் வாழ்விடப் படைப்புகள் வழி வெளிப்படுத்தும் பெரும்பான்மை உணர்வு நிலைக்கு ஒரு உணர்வைப் பெயரிடல் ஆகும். நகர வாழ்வின் பலவகையான நெருக்கடி நிலையால் தோன்றும் விரக்தியும் விரைதலும் இருக்கலாம் என்று எண்ணத் தோன்றுகிறது. இவ்வாறாகக் கருதுகோள் நிலையில் வரையறுக்க தற்காலிக முடிவை மேலும் உறுதிப்படுத்த,போதுமான அளவும் புறக்கணிக்க முடியாத தன்மையிலும் தரவுகள் தேவையாகின்றன.

இக்கருதுகோளை மெய்ப்பிக்கத் தேவையான தரவுகள் வாசகசாலை, பதாகை, மயிர், ஓலைச்சுவடி போன்ற ஒருசில வலைத்தளப் பக்கங்களில் இருந்து மட்டுமே பெறப்பட்டன. மேலும் அவ்வாறே ஒரு சில கவிஞர்களின் கவிதைகள் மட்டுமே தேர்ந்தெடுக்கப்பட்டுள்ளன. நகரத்திணை என்பதை, தமிழின் திணைத் தொடர்ச்சியாக முன்னிறுத்த மேற்கொண்ட தரவுகள் மட்டுமே போதுமானதாக அமையாது. ஆயினும் இதனை மாதிரி நிலை ஆய்வாகக் கொள்ளலாம். இவ்விடத்துக் கவிதைகளின் நகரமயமாக்கம் குறித்தும் நகர்சார் சார் கவிதைகள் குறித்தும் சுட்டிக்காட்ட வேண்டியாகிறது. நகரத்திணைக்கான கவிதைத் தேர்ந்தெடுப்பில் நிலம், காலம், இடம்சார் பருப்பொருட்கள், பாலினம் போன்றன அற்று ஒரு மேட்டிமைத் தன்மையை நோக்கியும் ஒற்றைத் தன்மை கொண்ட பொருளைக் குறிக்கும் சொல்தேர்வு தன்மையுமாக அமையும் கவிதைகள் குறித்த புரிதல் அவசியமாகிறது. எனவே அப்புரிதலோடு நகர்சார் வாழ்வியலை அல்லது நகர்சார் பின்னணியில் எழுதப்பட்ட நாற்பது கவிதைகள் திரட்டப்பட்டன.

நகர்சார் கவிதைகளின் தரவுகளைத் திரட்டிய பின்னர் அடுத்த பெரும்பணி அவற்றினை வகைப்படுத்துவதுதான்.சங்கப் பாடல்கள் அகம் – புறம் எனப் பிரிக்கப்பட்டதைப் போன்று நகர்சார் கவிதைகளைப் பிரிப்பதற்கு அகச்சான்றுகள் இல்லை. சங்க இலக்கியத்தில் காதல் தவிர்த்த (நேரடியான) பாடல்கள் போர், வீரம், கொடை, அறிவுரை வழங்கல் குறித்த பாடல்கள் கவிதைகளாக இருப்பதைக் காண முடிகிறது. ஆனால் நகர்சார் பாடல்களின் உள்ளடக்கங்கள் அவ்வாறானதாக இல்லை.மாறாக நகர்சார் வாழ்வின் தனிமை, விரக்தி, வன்முறை போன்றவற்றை உள்ளடக்கமாகக் கொண்டுள்ளன.

தேர்ந்தெடுக்கப்பட்ட 40 கவிதைகள் தரவுகள் ஒவ்வொன்றும் வெளிப்பாட்டு முறையில் வேறுபட்டிருந்தாலும் வெளிப்படுத்தும் உணர்வு அல்லது உள்ளடக்கம் கீழ்க்கண்ட பட்டியலில் உள்ளவையே ஆகும்.

அகம் - உள்ளடக்கம் - உரிப்பொருள்	தன்மை - உள்ளடக்கம் - உரிப்பொருள்
புணர்ச்சியின் நிராகரிப்பு	நகரவாழ்க்கை – தனிமை, விரக்தி, வெறுமை, பதட்டம்
தனிமையின் கழிவிரக்கம்	வலியைத் தனதாக உணர்தல்
கழிவிரக்கம்	குடும்ப வன்முறை
மீகாமம்	விலைமாதரின் விரக்தி மனநிலை
புணர்வு வேட்கை	
உறவு முறிவு	
நோக்கு இன்பம்	
உள்ளமைந்த கோபத்தின் வெளிப்பாடு	
பரஸ்பர பிரிவு	
தற்கொலை விரக்தி	

மேற்கண்ட பட்டியலில் அமைந்த அகம்–தன்மை கவிதைகளின் உள்ளடக்கத்தை உரிப்பொருளாகவும் கொள்ளலாம். மேலும் அதன் உரிப்பொருள்(உள்ளடக்கம்) நகரத்திணையில் வரையறுத்த உரிப்பொருளான விரைதலும் விரைதலை ஒட்டிய உள்ளடக்கங்களாக இருப்பதை அறிய முடிகிறது. பட்டியலில் உள்ள பல உணர்வு நிலைகளை விரைதல், அல்லது விரக்தியின் துறைகள் போலக் கொள்ளலாம் என்று எண்ணத் தோன்றுகிறது. மீண்டும் நினைவுகூர விரும்புவ தெல்லாம் இது சில அடிப்படையான தர்க்க அளவைகளோடு வரையறுத்த கருதுகோளை மெய்ப்பிக்க மிகச்சிறிய அளவிலான தரவுகள் கொண்டு செய்துகாட்டப்பட்ட மாதிரி ஆய்வே ஆகும். மேலும் விரிவான நிலையில் தரவுகளை முறையான ஆய்வியல் நெறியோடு தொகுத்துச் செய்ய வேண்டிய தேவையுள்ளது. அவ்வாறு அமைந்தால்தான் பேராசிரியர் துரை. சீனிச்சாமி குறிப்பிட்டதைப் போல, திணை விரிவாக்கம் வெறுமனே ஒரு நயங்காணலின் விரிவாக்கமாக மட்டும் அல்லாமல்; புதிய பண்பாட்டுருவாக்கத்தின் கூறாக அமையக்கூடும்.

பின்னிணைப்புகள்

பின்னிணைப்பு: 1

அகம்: முதல் – கரு – உரிப்பொருள் அட்டவணை

பாடல் எண்	முதற்பொருள்			கருப்பொருள்	உரிப்பொருள்
	நிலம்	பொழுது			
		பெரும்பொழுது	சிறுபொழுது	• பூரான், • மேஜை • போன்சாய் • ஓயின் கோப்பை	• புணர்ச்சியின் நிராகரிப்பு (இரண்டு பூரான்கள் கூடுவதைப் பார்த்து சமிக்ஞையிடுகிறாய் எனக்கு எந்தக் கிளர்ச்சியுமில்லை என்றேன்)
(அ:1)	வீடு (மேஜை போன்சாய் ஓயின் கோப்பைக் கைப் பிடியென சகலமும்)			(பூரான்களை நீ அடக்குவதே யில்லை அதன் போக்கிற்கு அலைகின்றன மேஜை போன்சாய் ஓயின் கோப்பைக் கைப்பிடியென சகலமும் இரண்டு பூரான்கள் கூடுவதைப் பார்த்து சமிக்ஞையிடுகிறாய்)	

(அ:2)	• **உணவு விடுதி** (ஒளிரும் உணவு விடுதி)	• **கோடைக்காலம்** (கோடை மழையின் விளம்பர அறிவிப்பு)	• **இரவு** (என் மீதிருக்கும் ராத்திரி வானத்தை.)	• **தெருவிளக்குகள்** • **மழைப்பூச்சிகள்** • **தென்னைமரங்கள்** • **இருள் மலைகள்.** (தவம்புரியும் தெருவிளக்குகள். அவற்றின் முன்பு அரங்கேறும் மழைப்பூச்சிகளின் நடனம். தூரத்திலே கை விரித்து விட்ட தென்னை மரங்கள். புகைப்படத்திற்குக் குடும்பத்துடன் நிற்கும் இருள் மலைகள்.)	• **தனிமையின் கழிவிரக்கம்** (ஆயினும் நான் உணர்ந்தேன்: உனது அருகாமையை)
(அ:3)	• **ரயில் நிலையம்** (பின்பு ஒரு ரயிலில் ஏறினோம்)			• **பயணச்சீட்டு பரிசோதகர்** • **ரயில்** (சற்று நேரத்தில் பயணச்சீட்டு பரிசோதகர் ஏறினார்.) (பின்பு ஒரு ரயிலில் ஏறினோம்)	• **கழிவிரக்கம்** (நீண்ட நாளுக்குப் பின் சந்தித்துக் கொண்டோம் பால்யக் கால ஞாபகங்களையெல்லாம் பேசிக்கொண்டோம்)

(அ:4)				• **நாய்க்குட்டி** • **சுவர்கள்** (ஊடலின் சுவர்கள் மௌனத்தின் நீர் உறிஞ்சி கடினப்படுகின்றன நக்கிக் கரைக்கும் நாய்க்குட்டி)	• **கழிவிரக்கம்** ஏதுமற்றுப்போன நேசம் தான் முன்பு எல்லாமுமாய் இருந்ததும்.
(அ:5)			• **வைகறை** (அதிகாலை 5 மணிக்கு)	• **பக்கார்டி லெமன்** (ஒரு பக்கார்டி லெமனில்)	• **மீகாமம்** (அவள் தொப்புள் குழியிலிட்டுச் சுவைப்பதில் அரங்கேறுகிறது வாசனை யுடனான ஆராதனை)
(அ:6)	• **கிளப்** (ஒளிரும் இக்கிளப்பின் பேரோசையில் உதிக்கும்)		• **இரவு** (ஒளிரும் இக்கிளப்பின் பேரோசையில் உதிக்கும்)	• **கண்ணாடித் தம்ளர்** • **பனிக்கட்டி** (அக்கண்ணாடித் தம்ளருக்குள்) (சின்னஞ்சிறு பனிக்கட்டியை 'தொபக்'கென்ற)	• **கள்வெறிகொண்டு புணர்வுக்கு அழைத்தல்** (வா..! சொர்க்கத்தின் சொப்பனத்திலமர்ந்து விசிலடித்து விளக்கணைப்போம்)

(அ:7)				• **சிம்பொனி** • **சென்பகப்பூ** • **மருதாணி** (உனது சிறிய இடை பற்றிக்கொண்டு சிம்பொனிக்கு நினைவெளியில் ஆடத் தொடங்கினேன்) (சென்பகப்பூவின் நிறமுள்ள உன் கால்களில் மருதாணி இலைகள் பூத்திருந்ததை அறிந்தேன்)	• **விரக்தி** • **கழிவிரக்கம்** (பருவங்கள் உதிரும் காலத்தில் நாம் சந்தித்துக் கொண்டோம்) (வெறுமை அப்பிப் படர்ந்த அறையில் துக்கத்தின் வாடை) (உன்னோடு கூடி மகிழும் முகூர்த்த கணத்தைக் கனவு கண்டேன்)
(அ:8)	• **வீடு** (சுடச்சுட மெத்தைக் காஃபி பருகும் சமயத்தில்)		• **இரவு** (இந்த இரவு விடியாமலே நீண்டுவிட்டால்)	• **மெத்தைக் காஃபி** (சுடச்சுட மெத்தைக் காஃபி பருகும் சமயத்தில்)	• **புணர்வு வேட்கை** (இவன் இப்படியே என்னை அணைத்துக் கொண்டு என் மார்பில் உமிழ் சிந்தி நீந்துவான்)
(அ:9)	• **பிரேதப் பரிசோதனைக் கூடம்** ஆடைகளகற்றப்பட்டு பிரேதப் பரிசோதனைக் கூடத்தில் படுத்திருக்கிறது)			• **தேநீர்** (கடைசித் தேநீரைச் சேர்ந்து பருகலாம்.)	• **உறவு முறிவு** (இறந்தும் போன பாவப்பட்ட நம் உறவு)

(அ:10)	• **பேருந்து நிறுத்தம்** (இரட்டை இருக்கையொன்றின் ஜன்னலோரத்தில் ஒற்றையாக அமா்ந்திருந்த நீ அடை படாத ஜன்னலின் வழி முகத்தைக் காட்டுகிறாய்.)	• **மழைக்காலம்** (வெகு நேரமாய்க் காத்திருந்த மழை.)		• **பேருந்தின் ஜன்னல் கண்ணாடிகள்** (நனைந்த பேருந்தின் ஜன்னல் கண்ணாடிகள்.)	• **நோக்கு இன்பம்** (அத்தனை ஆசையுடன் முத்தங்களிட்டுச் சிலிர்க்கிறது.)
(அ:11)					• **உள்ளமைந்த கோபத்தின் வெளிப்பாடு** (கூர் நகங்களால் பிராண்டி கோரப் பற்களால் கடித்து ——— நாம் முத்தமிட்டுக் கொண்டபோது இவை எங்கிருந்தன ?)

(அ:12)	• **கடைவீதி** (நின்று வேடிக்கை பார்க்க கடைவீதியின் பழக்கடையொன்று கிடைத்து விடுகிறது)			• **வெங்காயம்** • **கிழவி** • **பொம்மை** • **விநாயகர்** • **சரஸ்வதி** (வெங்காயங்களைப் புடைக்கும் கிழவி) (ஒரு பொம்மையாவது வாங்க வேண்டும்) (சதுர்த்திக்குப் பொறிகடலை வாங்கச் சொல்லி சரஸ்வதியை நினைத்துக் கொண்டிருக்கிறேன்.)	• **நோக்கு இன்பம்** (அருகாமைச் சுவர்கள் திறந்துகொள்கிறபோது)
(அ:13)	• **சுல்தான்பேட்டை** • **வீடு** (சுல்தான்பேட்டை வீதியிலிருந்தபோது) (படிக்க முன்னறையில் இடம்பிடித்தேன்.)			•**திரைக்கலைஞர்கள்** • **கடைபெஞ்ச்** • **சிற்றுண்டிப் பாக்கெட்டுகள்** (அஜீத்தா அப்பாஸா தெரியாது கடைபெஞ்சிற்கு வருவான் வலைப்பின்னல் கூடையில் சிற்றுண்டிப் பாக்கெட்டுகளை எடுத்துத் தருவான்.)	• **நோக்கு இன்பம்** (புதிதாக மதியமும் பாடங்களைப் படிக்க முன்னறையில் இடம் பிடித்தேன்.)

(அ:14)	ஒரு மழைநாளில் என் மேசை ஒழுங்குபடுத்தப் பட்டது)	• **மழைக்காலம்** (ஒரு மழைநாளில் என் மேசை ஒழுங்குபடுத்தப் பட்டது)		• **மேசை** • **ரோஜா பதியனை** • **பிளாஸ்டிக் தொட்டியில்** • **ஜன்னல் திரை** என் மேசை ஒழுங்கு படுத்தப்பட்டது ஒரு புதிய ரோஜா பதியனை ஒரு பிளாஸ்டிக் தொட்டியில் நட்டு மேசையில் வைத்தேன் ஜன்னல் திரைகளை விலக்க முடியாததால்	• **பரஸ்பர பிரிவு** (விரும்பி நிகழ்ந்த விலகல்கள்)
(அ:15)	• **மாயா லோகம்** (புகை மணங்கமழும் மாயா லோகத்தில் மிதந்திருக்கலாம் நாம்.)			• **நொதித்த திராட்சை** • **குதிகால் உயர்ந்த காலணி** • **வாள்** (நொதித்த திராட்சைகளைக் கொண்டு) (குதிகால் உயர்ந்த காலணி களை அணிந்திருக்கும் கோதுமை நிற அழகியே) (நீளமான வாளொன்றைக் கூர் தீட்டுகிறான்)	• **தற்கொலை விரக்தி** (தயாராகி விட்டேன் நான் மரண தேவதையை முத்தமிடுவதற்கு.)

(அ:16)	• **தெரு** (இன்றைய நாள் இப்படி இருந்தால் போதும்.)			• **டம்ளர்** • **பிரஷ்** (டம்ளர் தண்ணீரில் கழுவி) (வாய்க்குள் பிரஷ்சைச் செலுத்தி)	• **நோக்கு இன்பம்** (பார்த்தும் பார்க்காமலும் பார்த்த லாவகத்தில்)
(அ:17)				• **திறன்பேசி** • **அலைபேசி** • **மாட்டு வண்டி** • **பாட்டுப் புத்தகம்** (தன் ஆண்ட்ராய்டை தரையில் அடித்து உடைத்து விட்டு பேசிக் மாடலுக்குத் திரும்புகிறான் ஒருவன்.) (மாட்டு வண்டிக்குத் திரும்புவது) (பாட்டுப் புத்தகத்திற்குத் திரும்புவது)	• **புணர்வு வேட்கை** (நான் உன்னைப் புணர விரும்புகிறேன்)

(அ:18)	• **சுரங்க ரயில்** நிலையம் (சுரங்க ரயில் நிலைய இயந்திரத்தில் நிரப்பிக்கொண்ட காஃபி கோப்பையோடு)	• **குளிர்காலம்** (வறண்ட குளிர்வீசும் அந்த மாலைக்காலம்)	•**மாலைக்காலம்** (வறண்ட குளிர்வீசும் அந்த மாலைக்காலம்)	• **காஃபி** (இயந்திரத்தில் நிரப்பிக்கொண்ட காஃபி கோப்பையோடு)	• **நோக்கு இன்பம்** (அவளுக்கு முகமன் தெரிவிக்க சிறு காலதாமதம் ஆனதை உணர்ந்தேன்.)
(அ:19)	• **வீடு** (கோவிலில் இருப்பீர்கள் என்று நினைக்கிறேன் உதவிக்கு ஒரு பெண்ணிருப்பதால் பெரிதாய் ஒன்றும் வேலை இல்லை) (ஜன்னல் திரைச்சீலை யெல்லாம்)	• **மழைக்காலம்** (நல்ல மழை பெய்யும் ஒரு மாலையில் ஜன்னல் திரைச்சீலை யெல்லாம்)	• **மாலை** (நல்ல மழை பெய்யும் ஒரு மாலையில் ஜன்னல் திரைச்சீலை யெல்லாம்)	• **உயர்சமூகத்துப் பெண்** • **பணிப்பெண்** • **ஜன்னல் திரைச்சீலை** (கோவிலில் இருப்பீர்கள் என்று நினைக்கிறேன் உதவிக்கு ஒரு பெண்ணிருப்பதால் பெரிதாய் ஒன்றும் வேலை இல்லை) (ஜன்னல் திரைச்சீலை யெல்லாம்)	**இருத்தல்** (உங்கள் முழங்கால்களைக் கட்டிக்கொண்டு அதிலேயே தலை சாய்த்துக்கொண்டு இந்தப் பாடலைக் கேட்க வேண்டுமென்று இப்போது நினைக்கிறேன்)

(அ:20)	• **கூரியர் அலுவலகம்** (கூரியர் அலுவலகத்தில்)			• **புத்தகம்** • **கணினி** • **திறன்பேசி** (நான்தான் இதய இமோஜிக்குப் பதிலாகப் புத்தகங்களைப் பரிமாறிக் கொள்ளலாம் என்றேன்) (இன்ஸ்டாகிராமில் நெருப்பு விடுவது இதய இமோஜியை பரிமாறிக் கொள்வது)	• **புணர்வு வேட்கை** (எப்படி நண்பனின் தோழியிடம் கேட்பது ? வேண்டுமென்று.)

பின்னிணைப்பு: 2

தன்மை: முதல்–கரு–உரிப்பொருள் அட்டவணை

பாடல் எண்	முதற்பொருள்			கருப்பொருள்	உரிப்பொருள்
	நிலம்	பொழுது			
		பெரும் பொழுது	சிறு பொழுது		
(த:1)	• **பேருந்து நிலையம்** (பேருந்து நிலைய வெற்றிருக்கையில் அமர்ந்தபடி வான் பார்க்க)	• **கூதிர்காலம்** (கூதிர்காலப் பின்னிரவில்)	• **பின்னிரவு** (கூதிர்காலப் பின்னிரவில்)	• **வெற்றிருக்கை** • **புத்தகம்** (பேருந்து நிலைய வெற்றிருக்கையில் அமர்ந்தபடி வான் பார்க்க) (அம்மா கொடுத்துவிட்ட குறுந்தொகை.)	• **நகர வருகை** (அற்புதம் நிகழ்ந்துவிடாதா வென பட்டினப் பிரவேசம் செய்திருந்த முதல்தலைமுறைப் பட்டதாரி)
(த:2)	• **வாடகை வீடு** (ஒரு வழியாக நேற்றே வீட்டை சுத்தம் செய்தாயிற்று)		• **காலை** (இதோ 9.13 ஆகிவிட்டது)	• **துணி** • **வீட்டு ஓனர்** • **ஜன்னல்** (இன்னும் ஊறவைத்த துணிகளை மட்டும் துவைத்தால் போதுமானது) (வீட்டு ஓனரிடம் கலந்தாலோசிக்க வேண்டும்) (வெளியுலகை அப்படியே காட்டும் ஜன்னல்களை அடைப்பது குறித்து)	• **நகரவருகை–வாழ்க்கை** (பேச்சுலர்ஸை ப்ளார் என்று அறையும் பெருநகரம்.)– தலைப்பு

(த:3)	• **குளிரூட்டப்பட்ட பணியிடம்** • **டீக்கடை** (குளிர்ப்பிரதேச அறையிலிருந்து பணிவாக விடைபெற்று வெளியேறுகையில்) (எதிர் டீக்கடையி லிருந்து ஆவி பறக்கிறது.)		• மாலை (கீபோர்டில் நிகழ்த்திய சீரற்ற இசைக்கோவையை நிறுத்தியபோது	• **மேற்கத்திய இசை** • **இளையராஜா பாடல்** (கீபோர்டில் நிகழ்த்திய சீரற்ற இசைக்கோவையை) ('நிலாவே வா செல்லாதே வா' பாடல் ஒலிக்கிற)	• **நகரவருகை – வாழ்க்கை** (பணிவாக விடைபெற்று வெளியேறுகையில் மணிக்கட்டிலிருந்து முழங்கைக்கு முன்னகர்ந்து கொண்டது சட்டை)
(த:4)	• **பூங்கா** (பூங்காவை விட்டு வெளியேறிய போது)			• **குப்பை பொறுக்கும் சிறுவன்** • **தோற்பை** • **பாட்டில்** • **குளிர்பானம்** (புற்களை மேய்ந்து கொண்டிருந்த சிறுவன் தோற்பை நிரம்பிய திருப்தியில்) (பாட்டிலில் அடைக்கப்பட்ட குளிர்பானத்தை உறிஞ்சித் தூக்கி எறிகிறேன்...)	• **வலியைத் தனதாக உணர்தல்** (குப்பையின் எடை என் தோளில் கனத்தது.)

(த:5)		• முன்பனிக்காலம் (பனியகலா அதிகாலை)	• அதிகாலை (பனியகலா அதிகாலை)	• வேம்பு • காக்கை • சுவரொட்டி ஒட்டுகிறவர் • பால்காரர் • விரையும் வாகனங்கள் • நீர் சுமக்கும் பெண்டிர் • துப்புரவுப் பணியாளர் • செல்லப்பிராணிகளோடு நடையாளர்கள் • கும்மரச்சம் போடும் குருவிக்கூட்டம் (வேம்பு விட்டு சாலை கொத்தும் காக்கைகள் சுவரொட்டி ஒட்டுகிறவர் பால்காரர் விரையும் வாகனங்கள் நீர் சுமக்கும் பெண்டிர் துப்புரவுப் பணியாளர் செல்லப்பிராணிகளோடு நடையாளர்கள் கும்மரச்சம் போடும் குருவிக்கூட்டம்)	

(த:6)	• **தெரு** • **அடுக்கக வீடு** (எனது தெருவின் மஞ்சள் விளக்கு முன் நின்று கொண்டிருக்கையில்) (எனது அடுக்ககத்தின் ஏழாம் மாடி குளியலறை ஒன்றில்)		• மாலை (ஒருநாளின் சுரண்டலுக்குப் பின் எனது தெருவின் மஞ்சள் விளக்குமுன் நின்று கொண்டிருக்கையில்)	• **தெருவிளக்கு** • **பாத்திரம்** • **சிகரெட்** • **பணிப்பெண்** • **தையல் இயந்திரம்** (எனது தெருவின் மஞ்சள் விளக்குமுன்) (ஓர் மூலையில் எட்டிப் பாத்திரத்தை எடுக்கும்போது) (இருநாட்கள் முன்பு இடுப்பில் சிகரெட்டை அழுத்திய தடத்தில்) (எனது வீட்டில் வேலை பார்க்கும் அக்காவின்) (அவரின் தையல் இயந்திரத்தில்)	• **குடும்ப வன்முறை** (குளியலறை ஒன்றில் வீரிட்ட நினைவுகளில் தளர்ந்து சாய்ந்திருப்பவள், கண்ணீர் காய்ந்த நேரம்)

(த:7)	• அடுக்கக வீடு (அந்த எட்டாவது பால்கனியை தன் இறகுகளால் நிறைத்துப் போயிருந்தது)			• புறாக்கூட்டம் • செண்டு பாட்டில்களும் • எண்ணெய் டப்பா • மின்விசிறி • சுத்தம் செய்யும் ஊழியன் • சான்றிதழ் கோப்பு • டைரி (அவன் எப்போதும் விரட்டும் புறாக்கூட்டம்) (ஒரு மூலையில் குவிக்கப்பட்ட. அவன் பொருட்களின் பொதி யில் இருந்து செண்டு பாட்டில்களும் எண்ணெய் டப்பாக்களும் உருண்டோடின) (அவன் தலைக்கு மேல் சுற்றும் மின்விசிறி) (அறையைச் சுத்தம் செய்த ஊழியனுக்கு) (சான்றிதழ் கோப்புகளையும் விட்டுச் சென்றிருந்தான்) (காதலிக்காக எழுதிய டைரியும்)	

(த:8)				• மெழுகுவர்த்தி • மது • பூ • சப்பாத்தி மா • படுக்கை (உருகும் மெழுகுவர்த்தியின் நிறத்தில் ஆடை அணிந்தவள்) (மதுசார நெடியுடன் நெருங்காதீர்) (பூவைச்சூட வேண்டாம் சப்பாத்தி மா போல பிசைந்து தள்ளாதீர்.) (எனது படுக்கையிலாவது விட்டுச்செல்லுங்கள்.)	• விலைமாதரின் விரக்தி மனநிலை (புணர்வின் வார்த்தைகளை ஒப்புவிக்காமலாவது புணர்ந்து செல்லுங்கள்.)

ஆ. ஈஸ்வரன்

(த:9)	• **வீடு** (எனது சின்ன அறையில்)		• மாலை (அலுவலகம் சென்று மாலை வீடு திரும்பியதும்)	• பிரபஞ்சம் • **மாயக் கம்பளம்** • **பிறை நிலா** • **உடு மண்டலம்** • **குழந்தையின் புன்னகை** • **வானவில்** • **ஆழி சூழ் உலகு** • **ஓலமிடும் புலம்** • **எறிந்து தீராத அக்னி** • **மயிரடர்ந்த உறுப்பு** (பிரபஞ்சம் மாயக் கம்பளம் பிறை நிலா உடு மண்டலம் குழந்தையின் புன்னகை வானவில் ஆழி சூழ் உலகு ஓலமிடும் புலம் எரிந்து தீராத அக்னி மயிரடர்ந்த உறுப்பு இருக்கிறது.)	• **நகரத் தனிமை வாழ்க்கை** (என்னைத் தவிர வேறு யாரும் அறைக்குள் நுழையும் வாய்ப்பே இல்லை)

(த:10)	• **வீடு – அறை** (நான் தனிமையில் இருக்கிறேன் என்னைச் சுற்றி நான்கு சுவர்கள்)		• மாலை • **அதிகாலை** • **இரவு** (சாயந்திரமா னால் மஞ்சள் ஒளி உள்ளே பாயும் அதிகாலையில் பக்கத்து வீட்டின் சுப்ரபாதம் ஒலிக்கும் இரவில் கனவுகள் வரும்.)	• **புத்தகம்** • **திரைக்கலைஞர்கள்** • **சன்னல்** (இடதுபுறம் நான்கு அடுக்குகளில் புத்தகங்கள் எதிர்புறச் சுவரில் அலியாபட்டின் அழியாத புன்னகை அருகில் தீபிகா படுகோனின் மஞ்சள் மயிர் தெரியும் தொப்புள் வலது பக்கச் சன்னலிற்கு அப்பால் பெருநகரம்)	• **நகரத் தனிமை வாழ்க்கை** (நான் தனிமையில் இருக்கி றேன் என்னைச் சுற்றி நான்கு சுவர்கள்)
(த:11)	• **வீதி** • **பேருந்துப் பயணம்** (நடந்து செல்ல ஏராளம் உண்டு வீதிகள்) (நகரப்பேருந்தின் கூட்ட நெரிசலில் முட்டிமோதி)		• **வீதி** • **பேருந்துப் பயணம்** (நடந்து செல்ல ஏராளம் உண்டு வீதிகள்) (நகரப்பேருந்தின் கூட்ட நெரிசலில் முட்டிமோதி)	• **காய்கறிகள்** • **பண்டபாத்திரங்கள்** • **ஆடைகள்** (மலையாகக் குவிந்து கிடக்கின்றன சமையலுக்கான காய்கறிகள் மற்றும் பண்டபாத்திரங்கள் புதுக்கருக்குக் குலையாத ஆடைகள் வீதியெங்கும் காய்த்து தொங்குகிறது)	• **நகரத் தனிமை வாழ்க்கை** (இவற்றின் மத்தியில் நீ ஓர் ஓரமாக வந்து போகிறாய்) (சந்தர்ப்பம் அமைந்தால் மனப்புணர்ச்சியும் உடனடி ஸ்கலிதமும்)

(து:12)	• **சாலை** (பந்தய மைதானம் போலிருக்கிறது அலுவலக நேரத்துச் சாலை)		• **காலை** (பந்தய மைதானம் போலிருக்கிறது அலுவலக நேரத்துச் சாலை)	• **வாகனங்கள்** • **சாலையோர மரங்கள்** • **நடைபாதை கடைகள்!** (நான்கு சக்கர வாகனங்கள் மூன்று சக்கரத்தை மூன்று சக்கர வாகனங்கள் ஈருளிகளைச் சமயங்களில் அப்படியே தலைகீழாகவும் . . . ஈருளிகள் மிதி வண்டிகளுக்குச் சவால்விட) (சாலையோர மரங்களை வரிசைகட்டி நிற்கும் கடைகளை!)	• **நகர வாழ்க்கையின் விரைதல்** (அனைத்தும் ஒன்றையொன்று முந்துகின்றன)
(து:13)	• **பேருந்து நிறுத்தம்** • **அலுவலகம்** (அதே நிறுத்தத்தில் அதே எண்ணுள்ள பேருந்துக்காகக் காத்திருக்கிறேன் அதே அலுவலகத்தில் அதே வேலைகள் தொடர்கின்றன)			• **அலுவலகம்** • **மனைவி** • **பிள்ளைகள்** (அதே அலுவலகத்தில் அதே வேலைகள் தொடர்கின்றன அதே மனைவி... அதே பிள்ளைகள்)	• **நகர வாழ்க்கையின் விரக்தி** (அதே வாழ்க்கை என்று சலித்துக் கொள்கையில்...)

(த:14)	• **வீடு** (பின் வீட்டுக்குள்ளே இருந்தபடி அரசுடன் ஒத்துழைக்கலாம்...)		• **எல்லா நேரமும்** (வாரத்தின் எந்த நாட்களையும் பார்ப்பதற்குத்)	• **ஜன்னல்** • **பால்கனி** • **பால்** • **தயிர்** • **வெண்டை** (ஜன்னல், பால்கனியிலிருந்து வாரத்தின் எந்த நாட்களையும் பார்ப்பதற்கு இன்னும் தடைவிதிக்கவில்லை பாலோ, தயிரோ, வெண்டையோ, அவரையோ வாங்க கொஞ்சம் அவகாசம் அளிக்கப்படும்.)	• **பெருந்தொற்றுக் கால நகர வாழ்க்கை** (பின் வீட்டுக்குள்ளே இருந்தபடி அரசுடன் ஒத்துழைக்கலாம்...)
(த:15)	• **உயர்ந்த கட்டிடங்கள் உள்ள இடம்** (தீராப் பெரும் வெயில் உயர்ந்த கட்டிடங்களும் மனிதர்களும் வசித்துக்கொண் டிருக்கிறார்கள்)	• **வெயிற்காலம்** (தீராப் பெரும் வெயில் உயர்ந்த கட்டிடங்களும் மனிதர்களும் வசித்துக்கொண் டிருக்கிறார்கள்)		• **மேசை** • **மது** • **துப்பாக்கி** (மேசையில் பரப்பிக் கிடக்கின்றன எனது எதிர்கால நாட்கள்) (யாரோ ஒருவனுடன் மது அருந்துகிறேன் நகருக்குள் துப்பாக்கி ஏந்தியவர்கள் வருகிறார்கள்)	• **நகர வாழ்க்கையின் விரக்தி** (நான் வசித்த நகரத்தை அவர்கள் கைப்பற்றுகிறார்கள் மீதமிருக்கும் வரிகளில் எங்கள் நிலத்தை மீட்டுத்தர தேவதூதன் வருகிறார்.)

(த:16)	• **நெரிசல் மிக்க பகுதி** (முகங்கள் கோணலாகி விலகி ஓடுகின்றன பெருந்தொற்றுக் கவலைக் கால்கள்.)		• **நண்பகல் நேரம்** (ஊர்ந்து செல்கிறது மதிய வெயில்.)	• **பிளாஸ்டிக் குவளை** • **கைத்தடி** • **பார்வையற்ற யாசகன்** (பிளாஸ்டிக் குவளையில் குலுங்கி அமர்கிறது) (ஜென் சாமியின் நிதானத்துடன் கைத்தடியைப் பின் தொடர்கி றான் பார்வையற்ற யாசகன்.)	• **நகர வாழ்க்கையின் விரைதல்** (மாநகர சுழற்சியின் பேரிரைச்சலினூடே)
(த:17)	• **தெரு** (சாக்கடையில் மிதக்கும் வெள்ளி மோதிரம்)		• **இரவு** (வெளிச்சம் கசிகிறது சோடியம் விளக்கு) (பெருநகரம் கருப்புத் துணி போர்த்திய நேரம்)	• **வெள்ளி மோதிரம்** • **ஆட்டோ ஓட்டுநர்** (சாக்கடையில் மிதக்கும் வெள்ளி மோதிரம்) (கூடுதலாக வருமானம் எதிர்பார்த்த ஆட்டோ ஓட்டுநர்)	• **நகர வாழ்க்கையின் விரைதல்** (வேகத்தடைகளை மதிக்காமல் சீறிப்பாய்கிறது.)

(த:18)	• **வீதி** (இந்த நகரத்தின் வீதியில் ஒரு வேண்டப்படாத வெம்மையாகப் பரவுகிறது.)		• **முன்மதியப் பொழுது** இந்த முன்மதியப் பொழுதுகளின் வெயில்	• **சுவாரஸ்யமற்ற மனிதர்கள்** • **டம்ளர்** (சுவாரஸ்யமற்ற மனிதர்கள் பதட்டமின்றி அசிரத்தையாக வீதியை மெதுவாக கடந்து செல்கின்றனர்.) (நிதானமாக கிளாஸ் கழுவி பாய்லரின் அரிப்பை)	• **நகர வாழ்க்கையின் விரைதல் – விரக்தி** (முன்மதியப் பொழுதுகளின் வெயில் பதட்டத்தையும் சோர்வையும் ஒருங்கே தருகிறது.) (இந்த நகரத்தின் வீதியில் ஒரு வேண்டப்படாத வெம்மையாகப் பரவுகிறது.)
(த:19)	• **தெரு** (புழுதிபடர்ந்த தெருப்பாதைகளைக் கடந்து செல்கிறது)		• **இரவு** (இறுக்கத்தின் அமைதியில் நெளிகிறது இரவு)	• **பூனை** • **பால்** (நம்பும் என் காலடி ஓசைகளைக் கேட்டு ரசித்த பூனை) (பாலென நக்கிக் குடித்த படி)	• **நகர வாழ்க்கை – வெறுமை** (நடுச்சாம வீதிகளில் நகரங்களின் அமைதியை பார்த்தபடி)
(த:20)	• **சாலையோரம்** (குருடான நகரத்தின் சாலையோரம்)		• **மாலை** (கொதிப்படங்கிய பாதை மூச்சடைக்கும் நேரம்)	• **பந்து** (ஒரு பந்து விளையாட்டு போல்)	• **நகர வாழ்க்கை – பதட்டம்** (விரல் பிள்ளையைக் கைமாற்றிக் கை மாற்றிப் பிடிக்கிறாள்)

பின்னிணைப்பு: 3

நகர்சார் கவிதைகளில் நகர் குறித்த வர்ணனை

பாடல்	வரிகள்	விளக்கம்
அ:1		
அ:2	தவம்புரியும் தெருவிளக்குகள். அவற்றின் முன்பு அரங்கேறும் மழைப்பூச்சிகளின் நடனம். தூரத்திலே கைவிரித்துவிட்ட தென்னைமரங்கள். புகைப்படத்திற்குக் குடும்பத்துடன் நிற்கும் இருள் மலைகள்.	பெரிய பெரிய தங்கும் விடுதிகளைக் கொண்ட நகரம்
அ:3	பின்பு ஒரு ரயிலில் ஏறினோம் ரயிலும் புறப்பட்டு விரைந்தது சற்று நேரத்தில் பயணச்சீட்டுப் பரிசோதகர் ஏறினார்	ரயில் நிலையங்கள் கொண்ட நகரம்
அ:4		
அ:5	ஒரு பக்கார்டி லெமனில் பூட்டிவைத்த காதல் வாசனையற்றது மதுக்குவளையின் இறுதிச்சொட்டினை அவள் தொப்புள்குழியிலிட்டுச் சுவைப்பதில்	இரவுநேர கேளிக்கை வாழ்க்கை உள்ள நகரம்

அ:6	ஒளிரும் இக்கிளப்பின் பேரோசையில் உதிக்கும் இன்றைய இரவு ஆட்டத்தின் குத்தாட்டக் குதூகலத்தில்	இரவுநேர கேளிக்கை வாழ்க்கை உள்ள நகரம்
அ:7	வெறுமை அப்பிப் படர்ந்த அறையில் துக்கத்தின் வாடை	வெறுமை நிறைந்த அறை வாழ்க்கை கொண்ட நகரம்
அ:8		
அ:9		
அ:10	முத்தங்களிட்டுச் சிலிர்க்கிறது வெகு நேரமாய்க் காத்திருந்த மழை.	காதல் வளரும் இடமென பேருந்து நிறுத்தங்கள் உள்ள நகரம்
அ:11		
அ:12	கடை மூலையில் சிக்னலாகிப் போகிறேன் வெங்காயங்களைப்புடைக்கும் கிழவி	கடைகள் நிறைந்ததும் போக்குவரத்து நெரிசலும் கொண்ட நகரம்
அ:13	சுல்தான்பேட்டை வீதியிலிருந்தபோது பக்கத்துக்கடைக்குப் புதிதாக வந்துபோனவன் அஜீத்தா அப்பாஸா தெரியாது. கடைபெஞ்சிற்கு வருவான் வலைப்பின்னல் கூடையில் சிற்றுண்டிப் பாக்கெட்டுகளை எடுத்துத் தருவான்.	புத்தகக்க்கடை, உணவுக்கடை நிறைந்த கடைவீதிகள் கொண்ட நகரம்

அ:14	ஒரு மழைநாளில் என் மேசை ஒழுங்குபடுத்தப்பட்டது. ஒரு புதிய ரோஜா பதியனை ஒரு பிளாஸ்டிக் தொட்டியில் நட்டு மேசையில் வைத்தேன்.	தனிமையான வாழ்க்கையைக் கொண்ட நகரம்
அ:15	நான் பிரத்யேகமாகத் தயாரித்து வைத்திருக்கும் இந்த மதுவைச் சுவைக்க வாருங்கள். உங்கள் காதலியரையும் உடன் அழைத்து வரலாம்	கேளிக்கை வாழ்க்கை நிறைந்த நகரம்
அ:16	சிறு பருக்கள் விளையாடும் முகத்தை டம்ளர் தண்ணீரில் கழுவி வாரிப்பின்னாத கலைந்த கேசத்தோடு	கன்னிப்பெண்கள் நிறைந்த தெருக்களைக் கொண்ட நகரம்
அ:17		
அ:18	சுரங்க ரயில் நிலைய இயந்திரத்தில் நிரப்பிக்கொண்ட காஃபி கோப்பையோடு,	அழகான பெண்கள் பயணிக்கும் சுரங்க இரயில் வசதிகொண்ட நகரம்
அ:19	தன்னந்தனியே வேலையும் எதுவும் இல்லாமல் என்னவோ கஷ்டமாக இருக்கிறது	தனிமையான வாழ்க்கையைக் கொண்ட நகரம்
அ:20	கூரியர் அலுவலகத்தில், முகவரியை எழுதிக் கொடுத்ததும் போன் நம்பரைக் கேட்கிறார்கள்.	கூரியர் அலுவலகம் இயங்கும் நகரம்.
த:1	பட்டினப் பிரவேசம் செய்திருந்த முதல்தலைமுறைப் பட்டதாரி	முதல்நிலைப் பட்டதாரிகள் வரும் நகரம்

த:2	வீட்டு ஓனரிடம் கலந்தாலோசிக்க வேண்டும் வெளியுலகை அப்படியே காட்டும் ஜன்னல்களை அடைப்பது குறித்து	திருமணம் ஆகாத ஆண்களின் வாடகை வீட்டு வாழ்க்கையைக் கொண்ட நகரம்
த:3	குளிர்ப்பிரதேச அறையிலிருந்து பணிவாக விடைபெற்று . . . எதிர் டீக்கடையிலிருந்து ஆவி பறக்கிறது.	குளிரூட்டப்பட்ட அலுவலகங்களும் டீக்கடையும் எதிர் எதிர் அமைந்த நகரம்
த:4	புற்களை மேய்ந்து கொண்டிருந்த சிறுவன் தோற்பை நிரம்பிய திருப்தியில் பூங்காவை விட்டு வெளியேறிய போது	குப்பை பொறுக்கும் சிறுவர்கள் உள்ள நகரம்
த:5	இருந்து தொலைக்கிறதே ஏழு மணி ஷிப்ட்.	தன் விருப்பங்களை நிறைவேற்றிக்கொள்ள இயலாத பரபரப்பான வாழ்க்கையைக் கொண்ட நகரம்
த:6	ஏழாம் மாடி குளியலறை ஒன்றில் வீரிட்ட நினைவுகளில் தளர்ந்து சாய்ந்திருப்பவள், கண்ணீர் காய்ந்த நேரம் நினைத்திருக்கக் கூடும்,	பெண்கள் மீதான வன்முறை நிகழ்த்தும் அடுக்குமாடிக் குடியிருப்புகள் கொண்ட நகரம்
த:7	பலநாள் கழித்து அறையைக் காலி செய்ய வருபவன் அதன் நிலை கண்டு அதிர்ந்து போகிறான்	அடிக்கடி வீட்டை மாற்ற வேணடிய நிலை உள்ள நகரம்
த:8	என் அலங்காரத்தைக் கண்டு நீங்கள் சிரித்து விடுவீர்கள், என்பதாலயே சிகப்பு வெளிச்சத்தில் ஒதுங்கி விடுகிறேன்.	விலைமாதர்கள் புலம்பும் தன்மையில் ஆண்கள் உள்ள நகரம்

த:9	எனது சின்ன அறையில் பிரபஞ்சம் மாயக் கம்பளம் பிறை நிலா உடு மண்டலம் குழந்தையின் புன்னகை வானவில் ஆழி சூழ் உலகு ஓலமிடும் புலம் எறிந்து தீராத அக்னி மயிரடர்ந்த உறுப்பு இருக்கிறது.	தனிமையான அறைவாழ்க்கை கொண்ட நகரம்
த:10	நான் தனிமையில் இருக்கிறேன் என்னைச் சுற்றி நான்கு சுவர்கள் இடதுபுறம் நான்கு அடுக்குகளில் புத்தகங்கள் எதிர்புறச் சுவரில் அலியா பட்டின் அழியாத புன்னகை அருகில் தீபிகா படுகோனின் மஞ்சள் மயிர் தெரியும் தொப்புள்	தனிமையான அந்தரங்கத் தன்மையான அறைவாழ்க்கை கொண்ட நகரம்
த:11	சுவாசிக்க மாசடைந்த காற்று என்றாலும் தாராளமாய் மலையாகக் குவிந்து கிடக்கின்றன சமையலுக்கான காய்கறிகள் மற்றும் பண்டபாத்திரங்கள் புதுக்கருக்குக் குலையாத ஆடைகள் வீதியெங்கும் காய்த்துத் தொங்குகிறது மனம் வெறிச்சோடிய போதெல்லாம் நகரப்பேருந்தின் கூட்ட நெரிசலில் முட்டிமோதி எப்படியோ ஆறுதல் பெற்றுவிட முடிகிறது	பல வசதிகளும் இட நெருக்கடியும் கொண்ட நகரம்
த:12	பந்தய மைதானம் போலிருக்கிறது அலுவலக நேரத்துச் சாலை அனைத்தும் ஒன்றையொன்று முந்துகின்றன	அலுவலக நேரத்தில் வாகன நெரிசல் நிறைந்த நகரம்
த:13	அதே அலுவலகத்தில் அதே வேலைகள் தொடர்கின்றன அதே மனைவி… அதே பிள்ளைகள் எப்போதும் கிழக்கில் அதே சூரியன்	சுவாரசியம் இல்லாத சலிப்பூட்டும் நகரம்
த:14	பின் வீட்டுக்குள்ளே இருந்தபடி அரசுடன் ஒத்துழைக்கலாம் . . .	பெருந்தொற்றுக் காலத்தில் வெளியே செல்ல முடியாத நகரம்

த:15	நாளின் இரண்டாம் பகுதிக்குள் செல்கிறேன் தீராப் பெரும் வெயில் உயர்ந்த கட்டிடங்களும் மனிதர்களும் வசித்துக் கொண்டிருக்கிறார்கள் யாரோ ஒருவனுடன் மது அருந்துகிறேன் நகருக்குள் துப்பாக்கி ஏந்தியவர்கள் வருகிறார்கள்	சுய ஒழுக்கமற்ற வன்முறை நிறைந்த கற்பனையான நகரம்
த:16	மாநகர சுழற்சியின் பேரிரைச்சலினூடே பிளாஸ்டிக் குவளையில் குலுங்கி அமர்கிறது சில்லறைக் காசுகளின் சலக் சலக் ஓசை.	இரைச்சலும் நெருக்கடியும் நிறைந்த நதரம்
த:17	தூக்குத் தண்டனை விதிக்கப்பட்ட பெருநகரம் கருப்புத் துணி போர்த்திய நேரம்	சோகம் நிறைந்த நகரம்
த:18	பணி செல்லும் வாகனக் கூட்டம் வடிந்து நெரிசலற்றுப் போயிருக்கும் இந்த நகரத்தின் வீதியில் ஒரு வேண்டப்படாத வெம்மையாகப் பரவுகிறது.	வெறுமையான முன்மதியப் பொழுதுகளைக் கொண்ட நகரம்
த:19	நடுச்சாம வீதிகளில் நகரங்களின் அமைதியைப் பார்த்தபடி	அமைதியான இரவு வீதிகளைக் கொண்ட நகரம்
த:20	குருடான நகரத்தின் சாலையோரம்	இருளான சாலைகளைக் கொணட நகரம்

பின்னிணைப்பு: 4

கவிதை பற்றிய குறிப்புகள்

(கவிஞர்களின் பெயர்கள் அவர்களின் தலைப்பெழுத்தோடே வழங்கப்பெறுவதால் இங்கு தலைப்பெழுத்தையும் உள்ளடக்கிய அகரவரிசை பின்பற்றப்படுகிறது.)

எண்	கவிஞர்	தலைப்பு / முதல்வரி	வெளியீட்டு முகவரி
1.	அனாமிகா	அகராதி	http://www.vasagasalai.com/ana–mika–kavithaigal/ நாள்: July 1, 2022
2.	ஆவுடை	எனது சின்ன அறையில், நான் தனிமையில் இருக்கிறேன்	https://mayir.in/poetry/mayirmagazine/2436/ நாள்: July 4, 2022
3.	இசை	சிறு பருக்கள் விளையாடும்	https://saravananmanickavasagam.in/2022/04/13/%e0%ae%89%e0%ae%9f%e0%af%88%e0%ae%a8%e0%af%8d%e0%ae%a4%e0%af%81-%e0%ae%8e%e0%ae%b4%e0%af%81%e0%ae%ae%e0%af%8d-%e0%ae%a8%e0%ae%b1%e0%af%81%e0%ae%ae%e0%ae%a3%e0%ae%ae%e0%af%8d-%e0%ae%87%e0%ae%9a/ நாள்: April 13, 2022 உடைந்து எழும் நறுமணம் காலச்சுவடு பதிப்பகம் முதல்பதிப்பு டிசம்பர் 2021 விலை ரூ. 175.
		பேசிக் மாடலுக்குத் திரும்புதல்	இதழ் 6 https://olaichuvadi.in/poem/%e0%ae%87%e0%ae%9a%e0%af%88-%e0%ae%95%e0%ae%b5%e0%ae%bf%e0%ae%a4%e0%af%88%e0%ae%95%e0%ae%b3%e0%af%8d/ நாள்: November *15, 2021*

4.	உஷா அகேல்லா	பெயர் சொல்	https://solvanam.com/2021/07/25/%E0%AE%AA%E0%AF%86%E0%AE%AF%E0%AE%B0%E0%AF%8D-%E0%AE%9A%E0%AF%8A%E0%AE%B2%E0%AF%8D-%E0%AE%89%E0%AE%B7%E0%AE%BE-%E0%AE%85%E0%AE%95%E0%AF%87%E0%AE%B2%E0%AF%8D%E0%AE%B2%E0%AE%BE/ நாள்: ஜூலை 25, 2021 சொல்வனம் இணையப் பத்திரிகையின் 251 ஆம் இதழ்
5.	ஏ. நஸ்புள்ளாஹ்	நாட்கள்	http://www.vasagasalai.com/kavithaiigal-nasbulllah/ நாள்: September 9, 2020
6.	க.சி. அம்பிகாவர்ஷினி	வேடிக்கை	*https://www.vasagasalai.com/poems-k-s-ambigavarshini-2/* நாள்: October 16, 2021
		சுல்தான்பேட்டை வீதியிலிருந்தபோது	http://www.vasagasalai.com/poems-k-s-ambigavarshini/ நாள்: November 9, 2020
7.	க. சுப்பிரமணியன்	பந்தய மைதானம்,	https://mayir.in/poetry/k-subramaniyan/2287/ நாள்: April 16, 2022
		அதே நிறுத்தத்தில், ஞாயிற்றுக்கிழமையை	https://mayir.in/poetry/k-subramaniyan/2102/ நாள்: January 18, 2022
8.	க. ரகுநாதன்	குவளைக் காணிக்கை	http://www.vasagasalai.com/kavithaikal-ragunanthan/ நாள்: August 22, 2020

9.	கு.ப. சிவபாலன்	கூதிர்காலப் பின்னிரவில்	இதழ்: 48 http://www.vasagasalai.com/ku-pa-sivabalan-kavithaigal/ நாள்: May 16, 2022
10.	சதீஷ்குமார் சீனிவாசன்	இறந்த பிறகு	https://uyirmmai.com/literature/poetry/poem-by-sathishkumar-srinivasan-2/ நாள்: January 8, 2022
11.	ச. துரை	ஊடல்	https://aroo.space/2019/10/06/%e0%ae%8a%e0%ae%9f%e0%ae%b2%e0%af%8d/ நாள்: October 6, 2019
12.	சிவக்குமார் கணேசன்	ஆடைகளகற்றப்பட்டு, விசை யுடன், கூர் நகங்களால்	http://www.vasagasalai.com/poems-sivakumar-ganesan/ நாள்:August 27, 2021
13.	சுசித்ரா மாரன்	ஏதுமற்றுப்போன நேசம்	https://padhaakai.com/2021/08/22/empty-love/ நாள்: August 22, 2021
14.	சோ. விஜயகுமார்	பலநாள் கழித்து	http://www.vasagasalai.com/poems-vijayakumar-2/ நாள்: November 7, 2020
15.	திருமூ	அந்தரங்கச் செல்ஃபி	http://www.vasagasalai.com/thirumu-kavithaigal/ நாள்: June 16, 2022
		சியாஸ்	http://www.vasagasalai.com/kavithaikal-thirumu-2/ நாள்: May 6, 2020

16.	தினகரன்	பேச்சுலர்ஸை ப்ளார் என்று அறையும் பெருநகரம், இத்தனை நேரமும், நண்பனின் தோழியிடம்	http://www.vasagasalai.com/poems-dhinakaran/ நாள்: March 17, 2021
17.	நிழலி	குப்பைகளை சுமக்கிறேன்	http://www.vasagasalai.com/poems-nizhali/ நாள்: February 9, 2021
18.	ப்ரின்சி	ஒருநாளின்	http://www.vasagasalai.com/poems-princi/ நாள்: November 9, 2020
19.	பா. முரளி கிருஷ்ணன்	ஆயிரத்து ஒண்ணாவது காதல்	http://www.vasagasalai.com/pa-murali-krishnan-kavithaigal-vasagasalai-2/ நாள்: March 25, 2022
20.	பிருந்தா இளங்கோவன்	அவனெழுதிய இறுதிக் கவிதை	http://www.vasagasalai.com/poems-brinda-ilangovan/ நாள்: February 9, 2021
21.	பூவன்னா சந்திரசேகர்	குருடான நகரத்தின் சாலையோரம்	இதழ் 11 https://olaichuvadi.in/poem/poovanna-chandrasekar-poems-issue-11/ January 1, 2022
22.	பொன்.வாசுதேவன்	எண்ட ‘நீ’க்கு	இதழ் 4 https://olaichuvadi.in/poem/%e0%ae%aa%e0%af%8a%e0%ae%a9%e0%af%8d-%e0%ae%b5%e0%ae%be%e0%ae%9a%e0%af%81%e0%ae%a4%e0%af%87%e0%ae%b5%e0%ae%a9%e0%af%8d-%e0%ae%95%e0%ae%b5%e0%ae%bf%e0%ae%a4%e0%af%88%e0%ae%95%e0%ae%b3%e0%af%8d/ நாள்: November 15, 2021
23.	போதி	பறவைகளைப் பற்றி	https://mayir.in/poetry/mayirmagazine/2410/ நாள்: June 17, 2022
24.	மஞ்சுளா	இறுக்கத்தின் அமைதியில்	வாகை மரத்தின் அடியில் ஒரு கொற்றவை என்ற தொகுப்பு நூலில் உள்ள ஒரு கவிதை

25.	யாழ் எஸ் ராகவன்	தூக்கு தண்டனை	http://www.vasagasalai.com/kavithaikal-yal-ragavan/ நாள்: August 22, 2020
26.	விஷ்வக்சேனன்	முன்மதியப் பொழுதுகள்	http://www.vasagasalai.com/vishvaksenan-poems/ நாள்: October 18, 2021
27.	வே.நி. சூர்யா	ஹோட்டல் சுதந்திரம்	https://aroo.space/2022/06/08/%e0%ae%b9%e0%af%8b%e0%ae%9f%e0%af%8d%e0%ae%9f%e0%ae%b2%e0%af%8d-%e0%ae%9a%e0%af%81%e0%ae%a4%e0%ae%a8%e0%af%8d%e0%ae%a4%e0%ae%bf%e0%ae%b0%e0%ae%ae%e0%af%8d/ நாள்: June 8, 2022
		நீண்ட நாளுக்குப் பின்	இதழ் 4 https://olaichuvadi.in/poem/%e0%ae%b5%e0%af%87-%e0%ae%a8%e0%ae%bf-%e0%ae%9a%e0%af%82%e0%ae%b0%e0%af%8d%e0%ae%af%e0%ae%be-%e0%ae%95%e0%ae%b5%e0%ae%bf%e0%ae%a4%e0%af%88%e0%ae%95%e0%ae%b3%e0%af%8d-2/ நாள்: November 15, 2021
28.	ஸ்ரீஷங்கர்	மெய் பருவம் இசை	இதழ் 8 https://olaichuvadi.in/poem/%e0%ae%ae%e0%af%86%e0%ae%af%e0%af%8d-%e0%ae%aa%e0%ae%b0%e0%af%81%e0%ae%b5%e0%ae%ae%e0%af%8d-%e0%ae%87%e0%ae%9a%e0%af%88/ நாள்: November 15, 2021
29	ஸ்ரீதர்பாரதி	பனியகலா அதிகாலை	http://www.vasagasalai.com/poems-sridharbarathi/ நாள்: December 8, 2020

ஆய்வுரை

நகரத்திணை: திணை வகைப்பாட்டில் ஒரு புதிய முயற்சி

முன்குறிப்பு: ‘நகரத்திணை அகமும் – தன்மையும்’ என்ற தலைப்பில் ஜே.என்.யு.வில் தமிழாய்வு செய்து சென்றுள்ள ஆ.ஈஸ்வரன் ஆசிரியராகக் கொண்டு வெளிவரும் இந்நூல் முற்றிலும் புதிய கண்ணோட்டம் கொண்டமைக்காக நோக்கப்படுகிறது.

இன்றைய சென்னை, முன்னர் பாக்கங்களும் ஏரிகளும் கரணைகளும் கொண்டிருந்த ஊர்கள். கிழக்கிந்தியக் கம்பெனியினர் வருகைக்குப் பின் கோட்டையையும் துறைமுகத்தையும் பெற்று இணைந்து மதராசபட்டணம் ஆனது. பெருநகரமாகிவிட்ட அது, அறிவியல் தொழில்நுட்ப அடிப்படையிலான மாற்றங்களை ஏற்று அதன் அடையாள முகத்தை வேகமாக மாற்றிக்கொண்டேயிருக்கிறது. சென்னைப் பெருநகரத்தில் ஒரு தலைமுறையாக மளிகைக்கடை நடத்திவரும் காட்சியிலிருந்து இந்த உரையைத் தொடங்குவது பொருத்தமாக இருக்கும் என்று எண்ணுகிறேன். ஐம்பது ஆண்டுகளாகச் சென்னையின் முக்கியமான இடங்களில் ஒன்றான அடையாறு (அடையார் – என்று எதிர்ப்பொருண்மையில் இன்றளவிலும் கடை, பேருந்து, நிறுவனப் பெயர்ப் பலகைகள் கொண்டிருப்பதும் உண்டு) பகுதியில் ஒரே குடும்பத்தின் அண்ணன் தம்பிகள் மூவர் மளிகைக் கடை நடத்தி வருகிறார்கள்; முதலில் வேறொரு மிகப்பெரிய கடையில் பணியாளாய் இருந்த அண்ணன் தொடங்கிய ஒரேகடையில் மூவரும் பணிசெய்து வளர்ந்து பின்னர் இரண்டாகி தம்பிகள் வளர்ந்து அதே அடையாறு பகுதியின் தனித்தனிக் கடைவீதிகளில் மூன்று கடைகளாகின. தாராளமயப் பொருளாதாரக் கட்டத்தில் நிறையப் பணியாளர்களை அமர்த்தினர்; உலகமய வணிகப்போட்டிக் கட்டத்தில் வீடுகளுக்குக்கொண்டு

சென்று மளிகைப்பொருட்களைக் கொடுத்தனர்; கார்ப்பரேட் கம்பனிகள் மளிகைப்பொருட்களைக் கண்ணாடி அலமாரிகளில் வகைதொகை செய்து வாடிக்கையாளர்கள் தாமே சென்று பொருட்களைக் கையிழுவண்டிகளில் எடுத்து வந்து கணக்காளரிடம் பணம் செலுத்தும் கட்டத்தில் விரிவாக்கம் செய்யாத அம்மூவர் கடைகளில் பணியாட்கள் குறைந்தனர். தற்போது நூறுகிராம் மஞ்சள் பொடியைக்கூட இணையவழி மளிகைசேவையால் பெறும் வாடிக்கையாளர்கள் மிகுந்தவழி, அம்மூவரும் அவரவர், மனைவி, பிள்ளைகள் எனக் குடும்பத்தினர் மட்டும் பணிசெய்து வருகிறார்கள். பலகுடும்பங்களை வாழவைத்த அக்கடைகள் நவீனப்படுத்தப்பட முடியாததால், இப்போது அக்கடைகள் அக்குடும்பத்தினரின் அன்றாட வாழ்க்கைத் தேவையை மட்டும் சமாளிக்கும் ஒன்றாகிவிட்டன.

இதேபோன்ற நிகழ்வு உலகின் பல மொழிக் குடும்பங்களுக்கும் நேர்ந்து வருகிறது; மறைந்தழிந்த, அழிந்து கொண்டிருக்கும் மொழிகளின்(Endangers Languages) கதைகளும் இதனைப் புலப்படுத்தும். அதாவது கருத்தாக்கம் அல்லது புழங்குபொருள் என எந்த ஒன்றும் சமகாலிகத்தன்மை (contemporariness) அடைந்துகொண்டேயிருக்க வேண்டும்; இதனை 'இற்றைப்படுத்தம்' எனலாம். காலந்தோறும் தமிழ்மொழி அத்தகைய இற்றைப்படுத்தலுக்குள்ளாவதால் தோய்வில்லா பயிற்சியுடைய இருமொழி வழக்கு(diglossic language)களில் ஒன்றாக உள்ளது. இலக்கியப் படைப்புகள் மட்டுமின்றி இலக்கணமும் இற்றைப்படுதல் வேண்டும். பேராசிரியர்கள் வ.ஐ.சு. தொடங்கி அகத்தியலிங்கம், செ.வை. சண்முகம், பொற்கோ, முருகையன் போன்ற அண்ணாமலைப் பல்கலைக் கழக மொழியியல் அறிஞர்கள் பலர் இற்றைப்படுதலுக்கான முன்னெடுப்புகளைச் செய்துள்ளனர்; என்ற போதிலும் அவை ஒலியன்(எழுத்து), உருபன்(சொல்), தொடர்(வாக்கியம்), பொருண்மையியல்களை மேலதிகம் சார்ந்துள்ளன. நவீனப் படைப்பிலக்கியத்தைப் பொருளிலக்கணம் சார்ந்து பேராசிரியர்கள் துரை. சீனிச்சாமி, மாதையன், தமிழவன் தொடங்கி பல இன்றைய உதவிப்பேராசிரியர்கள் வரையிலானோர் பொருள்கொள்ளலில்(hermeneutics) முனைந்து வருகிறார்கள். இந்த வரிசையில் இந்நூலின் கருத்தாக்கம் திணைவகைப்பாடு சார்ந்த ஒன்றாகிறது. இதில் உள்ள இற்றைப்படுத்தம் என்பது 'நகரத்திணை'. அனைவரும் ஏற்கெனவே உள்ள திணைப்பெயர்களில், பழைய மொந்தையில் புதிய கள்ளென, புதியவற்றைப் பொருத்திக் கொண்டிருக்க, இந்நூல் புதிய திணைப்பெயரை முன்மொழிவது அவதானிக்கத்தக்கது. இங்குச் சுட்டப்படும்

நகரத்திணை அடிப்படையில் சங்க இலக்கியத் திணைப் பெயர்கள் சார்த்தி நோக்கப்படவில்லை. அவற்றின் முதல், கரு, உரிப் பாகுபாடு சார்ந்து நோ\க்கப்பட்டுள்ளது.

துரை. சீனிச்சாமி ஒரு கட்டுரையில், முதல், கரு சார்ந்தும், உரி மட்டும் சார்ந்தும், மூன்றையும் சார்ந்தும், இவற்றிற்குப் புறன் சார்ந்தும், உளவியல் சார்ந்தும் ஐந்து வாய்ப்பாடுகளைச் சுட்டி, முன்பே உள்ள ஐந்திணைகளின் விரிவாக்கத்திற்குப் பயன்படுவனவாக அமையும் என்றதன் தூண்டலில் இந்நூல் நகரம் என்பதைப் புதுத்திணையாகக் கொண்டு நவீனப்புதுக் கவிதைகளை வகைப்பாடாய்வாகச் செய்ய முயன்றுள்ளது. "நகரப்பின்னணியில் அமையும் கவிதைகளில் வெளிப்படும் அல்லது உள்ளமைந்த நகர்சார் கூறுகளைக் கொண்டு நகரத்திணை என்ற வகைபாட்டை உருவாக்க இயலுமா என்று பரிசோதனை முயற்சியாக இச்சிறு ஆய்வு செய்யப்படுகிறது. அதே வேளையில் நகர்சார் கவிதைகளில் பொரும்பான்மை யாக வெளிப்படும் உணர்வை அத்திணைக்கான பொதுவான உரிப்பொருளாக அமைக்க சாத்தியப்பாடுகள் உள்ளனவா என்பதையும் வெளிக்கொணர முயல்வதை" இந்நூலின் நோக்கம் என்கிறது. நூலமைப்பைப் பார்க்கும்போது இந்நூல் நகர உருவாக்கம், நகரத்திணை வரையறையாக்கம், நகர்பற்றிய கவிதைத் தரவாக்கம், நகரத்திணைதரவுத் தொகுப்பாக்கம் என்ற தன்மைகளைக் கொண்டுள்ளது. நகரத்திணை பற்றிப் பேசுவதால் 'நகரம்' என்ற தலைப்பில் தனபால் எழுதிய கட்டுரை முன்வைக்கப்பட்டுள்ளது. அக்கட்டுரை "நகரம் என்பது உயர்ந்தோங்கிய மாடங்களைக் கொண்டிருத்தல், உணவு உற்பத்தியில் பங்கெடுக்காத மக்கள் குழுக்களைக் (வாணிகர், கலைஞர், கைவினைத் தொழிலாளர், அரசர், சேனாதிபதிகள்) கொண்டிருத்தல், நெருக்கமான மக்கள் தொகை, அறிவியல் வளர்ச்சி, எழுத்து அறிமுகம், தேவைக்கதிகமான உற்பத்தியைக் கொண்டிருந்தல், மக்களுக்கு உணவளிக்கும் வகையில் உணவு உற்பத்தி மிகுந்திருத்தல் முதலிய இயல்புகளைக் கொண்டிருக்க வேண்டும்" என்ற பிரிட்டிஷ் தொல்லியலறிஞர் கார்டன் சைல்ட் கூற்றுடன் தொடங்குகிறது. அது பண்டைய நகரம் பற்றியது. கோயில்களை மையமாகக் கொண்டு இடைக்காலத்தில் அரசனின் குடியிருப்பு சார்ந்த கோட்டை நகரம், வணிகம் சார்ந்த துறைமுகம் சார்ந்த நகரம், மதச் செயல்பாடுகள் சார்ந்த நகரம் என்ற வகையில் நகர உருவாக்கங்கள் அமைந்தன. இந்தப் பின்னணியில் நகரக்கோயிலின் உடன்சுற்று வீதியில் பிராமணர் குடியிருப்பு, அரசர் கோட்டை, அடுத்து உயர்குடி வணிகர் செல்வந்தர்கள் அதற்கு அடுத்து வேளாண்குடிகள்

அனைவருக்கும் அப்பால் விளிம்பில் ஒடுக்கப்பட்ட குடிகள் இருந்துள்ளதைப் பதிவுசெய்கிறது. காலனிய காலத்தில் பழைய நகரங்கள் மாற்றத்திற்கு உள்ளாகி மலைசார்ந்த நகரம், தொழிற்சாலை நகரம், இரயில்நிலைய நகரம், நீதிமன்றங்கள் சார்ந்த நகரம், கடற்கரை நகரம், ராணுவ முகாம்கள் கொண்ட நகரம், நிர்வாகச் செயல்பாடுகள் சார்ந்த நகரம் என்பவை புதிதாக எழுப்பப்பட்டதையும் வணிகச் செயல்பாட்டிற்காக கல்கத்தா, மதராஸ், பம்பாய் போன்ற துறைமுக நகரங்களை உருவாக்கிய பின்னணியையும் இக்கட்டுரை பூங்குன்றன், சண்பகலட்சுமி போன்றோரை மேற்கோள் காட்டி அமைகிறது.

காலங்காலமாய் உலகெங்கும் பரந்து பாயும் நதிகள் வழிதான் சுமேரிய, சிந்துவெளி நாகரிக நகரங்கள் முதல் காவிரிப் பூம்புகார் போல்வன தோன்றியுள்ளன. வருணக்கட்டமைப்புடன் இடைக்காலக் கோயில் நகரங்களும் வணிகத்தளப் பின்னணி யுடன் காலனிக்கால நகரங்களும் தோன்றி தற்போது ஊரகப்பகுதி களை உள்வாங்கிச்செரித்து வளரும் உலகமயக்கால நகரங்களும் மக்களின் வாழ்க்கை முறையில் மாற்றங்களை ஏற்படுத்தியதோடு வர்க்கக்கட்டமைப்பு நகரங்களாகியுள்ளன. ஊரகப் பகுதிகள் வரை நகரத்தன்மையிலான வீடுகள், உணவுமுறைகள், உடைஅலங்காரங்கள், செயற்கைக்கோள் அலைவரிசைகள், பல்லூடகப் பரவல்கள், எளிதாகக் கிடைக்கும் அனைத்து வகை நுகர்பொருள்கள், பொழுதுபோக்கு நிகழ்வுகள் என இன்றைய நிலையில் கிராமங்களே நகரத்தன்மை அடைந்துவிட்டன; அதாவது மக்கள் எப்பகுதியில் வாழ்ந்தாலும் தம் சமூகப் பொருளாதார – அரசியல் – பண்பாட்டில் நகரியவாழ்க்கை முறையைக் கொண்டுவிட்டனர். இந்த அவதானிப்பை இந்நூல் நகரத்திணையாக்கிப் பார்க்கிறது.

தமிழ்நாடு கடந்த நிலப்பரப்பைத் திணையாக்கும் முயற்சிகள் நடைபெறுகின்றன. பெரும்பாலான புலம்பெயர் தமிழர்களின் புகலிடமாகக் கனடா நாடு இருப்பதால் அதன் நிலவியல் அமைப்போடு தொடர்புடைய பனியும் பனிசார்ந்த பகுதிகளையும் ‘ஆறாம் திணை’ எனக் கொள்ளலாம் என்கிறார் கனடா வாழ் இலங்கைத் தமிழர் அ. முத்துலிங்கம். மேலும் அந்தக் கருத்தியலை குரு. அரவிந்தன் ஆறாம்திணை தமிழ்நிலத் திற்குப் புதியதென மேலும் விரித்து அதற்கு முதற்பொருள் (நிலம்: பனியும் பனி சார்ந்த இடமும்; பெரும் பொழுது: தை – மாதம்), கருப்பொருள் (கடவுள்: சூரியன்; விலங்கு: கருங்கரடி, வெண்கரடி; பறவை: வாத்து, சீஹள்), உரிப்பொருள் (உருகலும் உருகல் நிமித்தமும்) என வரையறுத்துள்ளார்.

'அப்பாலைத் திணை' என்றொரு சொல்லாடலும் முன் வைக்கப்படுகிறது. இதனை சங்ககாலத் திணை வரையறை களைக் கடந்த அல்லது 'இற்றைப்படுத்தம்' உடைய வகைப்பாட்டு முறை என்று கொள்ளலாம். தொல்காப்பியம் இலக்கியச் சித்தரிப்பை உயர்ந்தோர் வாழ்வாகக் கொண்டுள்ளதை "வழக்கு எனப்படுவது உயர்ந்தோர் மேற்றே" (பொருளியல்: 94) எனும் நூற்பா வழி அறிய முடிகிறது. ஆனால் நகரம்சார் இலக்கியப் படைப்புகள் குறிப்பாகக் கவிதைகள் இடைத்தட்டு மக்களை மையமிட்டதாக அமைந்திருப்பதை வெளிப்படை யாகவே காணலாம். எனவே நகரத்திணைக்கான உரிப்பொருளை யும் இடைத்தட்டு மக்களின் வாழ்வியல் நிலையில் இருந்துதான் வரையறுக்க வேண்டியதாகிறது. இங்கு இடைத்தட்டு மக்கள் என்பதை சாதி, பொருளாதாரம் என்பதாகக் கொண்டு புரிந்துகொள்வதைக் காட்டிலும் இடைத்தட்டு மனநிலை கொண்ட மக்கள் எனும் போது மேலும் தெளிவுபெறும். க.பூர்ணச்சந்திரன் கவிதைகளில் முதல், கருப்பொருட்கள் பற்றிய தரவுகள் இல்லாமல் கூடப் போகலாம்; ஆனால் உரிப்பொருள் உறுதியாக இடம்பெறும் என்று சுட்டியுள்ளதை அடியொற்றி மேற்செல்லும் இந்நூல் காதல் சார்ந்த பதிவுகளை அகம் என்றும் காதல் அல்லாத உணர்வுகளான, சுகமான சோகங்கள், சோகமான சுகங்கள், சாவு, பயம், வலி, கோபம், அவநம்பிக்கை, மிரட்சி, நழுவல் எல்லாம் தன்மை என்ற அகமன உணர்வுகளை வெளிப்படுத்துவதாக அளவிட்டு அவற்றைத் தன்மைக் கவிதைகள் என இந்நூல் அடையாளப்படுத்திப் பார்க்கிறது.

நகர்சார் கவிதைகளுக்கு அல்லது நகரத்திணைக்கு உரிப்பொருள் வரையறை செய்வதற்கு மேல்நிகழ்த்திய விவாதங்களோடு மற்றொரு முக்கிய கோணத்தை விளக்க வேண்டியதாகிறது. அது நகரமயமாக்கல் ஆகும். நகரமயமாக்க லின் விளைவுகள் பல இருக்கின்றன. குறிப்பாக நெரிசல், சுகாதாரக்கேடு, வேலைவாய்ப்பின்மை, வன்முறை போன்ற பலவற்றைக் குறிப்பிடலாம். இதன் விளைவாக நகர்வாழ் மக்களுக்கு மன அழுத்தமும் தொடர்புடைய மன பிரச்சினை களும் உருவாகின்றன. ஊரகப்பகுதிகளிலிருந்து நகரங்களுக்கு இடம்பெயர்தல் வீச்சடைந்துள்ளது. நகரத்திற்கு வந்து வசிக்கவும் வாழவும் வேலைதேடி குடும்பம் நடத்துவது வரையிலான போக்கின் ஒவ்வொரு கட்டத்தின் மீதும், நகரம் வந்தோர் அடையும் அவசரப் பதற்றம், இரைச்சல், அமைதியின்மை, வெறுமை, தனிமை உணர்வுகளை வெளிப்படுத்தும் தன்மையின் மீதும் புனையப்பெற்ற கவிதைத் தரவுகளை நகரத்திணையாக்கத்திற்கு இந்நூல் பயன்படுத்துகிறது. பின்னிணைப்பு அட்டவணைகள்

இந்நூல் ஆக்கம் பெற்ற பாங்கைக் காட்டுகின்றன. அகம்: முதல் – கரு – உரி அட்டவணையானது நிலம் என்பதை வீடு, உணவுவிடுதி, ரயில்நிலையம் போல்வன என்பதாகவும் பெரும்பொழுதைக் கோடைக்காலம் போல்வன என்றும் சிறுபொழுதை இரவு, அதிகாலை போல்வன என்றும் கருப்பொருளில் பூரான், ஒயின்கோப்பை, தெருவிளக்கு, மழைப்பூச்சி, நாய்க்குட்டி போல்வன என்றும் உரிப்பொருளாகப் புணர்ச்சி நிராகரிப்பு, கழிவிரக்கம் போல்வன என்றும் வகைப்பாட்டில் உள்ளன. அதேபோல் புறமாகக் கருதப்பட வேண்டிய 'தன்மை'யின் முதல் – கரு – உரி அட்டவணை உரிப்பொருளில் மட்டும் 'நகர வருகை', 'நகரவாழ்க்கை வலி', வலியைத் தனதாக உணர்தல் என்பதாய் வகைப்படுத்துகிறது. இந்த வகைப்பாடு மறுபரிசீலனைச் செய்யப்படல் வேண்டும்.

அதாவது அகம் அதன் மறுதலை புறம் என்றாக வேண்டும்; ஏனெனில் இன்றளவும் காதல், குடும்ப உறவுச் செயல்பாடுகள், திருமணச் செயல்பாடுகள், குழந்தை பிறப்பு – வளர்ப்புச் செயல்பாடுகள், தாய் அல்லது தந்தை மட்டும் உடைய ஒற்றைப் பெற்றோர் குடும்பச் செயல்பாடுகள், கைம்பெண் உணர்வுகள், முதுமையடைந்தோர் உணர்வுகள், ஓரினக்காதல் செயல்பாடுகள், மேலதிகமாகக் கைக்கிளை மற்றும் பெருந்திணை ஒருதலைக் காதல் மற்றும் காமச் செயல்பாடுகள் உள்ளிட்ட இன்னபிற அனைத்தும் அகம் என்று கொள்ளப்படல் வேண்டும். மொத்தத்தில் பாலியல் உணர்ச்சி சார்ந்தவை அனைத்தும் அகம் என்றிடலாம். அதேபோல் கல்வி, பணி போன்றவற்றிற்காகப் பிரியும் அல்லது அல்லலுறும் செயல்கள், அரசியல்வாதிகளின் அனைத்துச் செயல்பாடுகள், அரசு நிறுவனச் செயல்பாடுகள், நீதிமன்றச் செயல்பாடுகள் போல்வன புறமாகக் கொள்ளப்பட வேண்டியவையாகும். மொத்தத்தில் பணம், பதவி, புகழ் உள்ளிட்டவற்றிற்கான செயல்பாடுகளைப் புறம் என்றிடலாம்.

சாதி, வருணப் பாகுபாடு போன்ற ஏற்றத்தாழ்வு கற்பித சமூகப்படிநிலைக் காலப்பின்னணிக்குரிய, சங்க கால/இலக்கியத் திணைப் பகுப்பு ஒரு குறிக்கோளிய சமூகத்தை(Ideal Society) முன்னிறுத்தியது. அதில் யதார்த்தம்/நடப்பியல் தன்மை மற்ற புனைவுகளின் ஒரு கூறாகவே அல்லது நாகரிக மேன்மையான வருணிப்புகளே அமையும். காதாசப்தசதி கூட காமம் பற்றிய வருணிப்பில் கூடுதல் நடப்பியல் தன்மை கொண்டுள்ளது. நகரத்திணைப் பகுப்பில் நடப்பியல் தன்மை கூடுதல் முன்னுரிமை அடைகிறது. அதாவது குறிக்கோளிய சமூகத்தை முன்னிறுத்தல் என்பது கைவிடப்பட்டு மாறிவரும் சூழலை முதன்மைப்படுத்துடுகிறது.

பெக்கி மோகன்(Peggy Mohan) கரீபிய நாட்டு மொழியியல் ஆய்வாளர் தனது Wanderers, Kings, Merchants – The story of India through its Languages என்ற ஆய்வுநூலில் 'எர்கேடிவிட்டி' (ergativity) என்ற கலைச்சொல் சார்ந்து பின்வரும் கருத்தைக் கூறியுள்ளார். 'பாதிக்கு மேற்பட்ட இந்தோ – ஆரிய மொழிகளில் மிகவும் ஆர்வத்தைத் தூண்டும் ஒரு கூறு, மொழியியலாளர் அதனை 'எர்கேடிவிட்டி' (Ergativity) என்பர்; (Ergonomics இல் உள்ள erg'ஐ உச்சரிப்பது போல் உச்சரிக்க வேண்டும்). எர்கேடிவிட்டி என்பதை விளக்குவது தந்திரமான ஒன்றாகும். ஏனென்றால், இது எழுவாயோடும் பயனிலையோடும் தொடர்புடையது. (பெயர் வினையாதல்; வினை பெயராதல் தன்மையுடைய, இதனைத் தமிழில் 'சொல்லிட மாற்றம்' எனலாம் – மொ–ர்). சொற்றொடர் இறந்த காலத்தில் இருக்கும்போது இடம்மாற்றிக் கொள்ளும் – not 'I did work'நான் வேலை செய்யவில்லை, என்னால் வேலை நடந்தது (by–me work–done), not I saw a dog (நான் நாயைப் பார்க்கவில்லை), 'by–me dog–seen (என்னால் நாய் பார்க்கப்பட்டது). சொற்கள் இடம் மாறி புதிய வகை வாக்கியங்களை உருவாக்குகின்றன. பொருள் இலக்கணத்தின் திணைப்பாகுபாட்டின் முதல், கரு, உரிச்செய்திகள் ஓர் அவதானிப்பில் ஊரகப்பகுதிகளையே பெரும்பான்மையும் களமாகக் கொண்டிருப்பதை அறிய முடியும். வாக்கியத்தில் சொல்லிடமாற்றம்போல படைப்புகளில் 'திணையிடமாற்றம்' ஒன்றை முன்மொழியத்தோன்றுகிறது. அதாவது ஊரகப்பகுதி சார் திணையிலிருந்து நகரத்திணையாதலாகும் அது. இன்றைய சூழலில் ஒரு நடுத்தரவர்க்க மனிதர் வாழும் வீட்டில், அவர் பயணிக்கும் வாகனத்தில், பணியாற்றும் இடத்தில், பொருள்கள் வாங்கும் வணிக வளாகத்தில், திரையரங்கு போன்ற பொழுதுபோக்குத் தளத்தில் என முற்றிலும் குளிரூட்டப்பட்ட களங்களில் உலாவுகிறார். பகலை இரவாக்கியும் இரவைப் பகலாக்கியும் இன்றளவில் பெரும்பான்மையோர் பணிசெய்து வாழ்கிறார்கள். அதாவது பெரும்பொழுது, சிறுபொழுதுகளின் போது இயற்கையில் உண்டாகும் குளிர், வெப்பம், வறட்சி, வெள்ளம் முதலியன அறிவியல் தொழில்நுட்பக் கண்டுபிடிப்புக் கருவிகளால் ஒரே சீர்மையாக்கப்படுகின்றன. ஊட்டி, கொடைக்கானல் போன்ற குளிர்மலை நகரங்களில் வசிப்போரில் வசதி படைத்தோர் குளிரின் தாக்கம் இன்றியே வாழ்ந்திட முடிகிறது. இவற்றினால் ஏற்படும் மனமாற்றங்கள் நகரத்திணை யில் அவதானிக்கத்தக்கவை.

ஆக, இந்நூல் திணைப்பாகுபாட்டில் ஒரு புதிய முயற்சி என்றிடும்போது பின் வரும் வினாக்களுக்கான விடைகளையும்

கவனத்தில் கொள்வது நல்லதாகும். அகமும் தன்மையும் என்பதில் அகம் என்பதே தன்மையைக் கொண்டதுதானே? புறம் என்று கொள்வதில் என்ன சிக்கல்? இன்றைய அரசு, அரசியல் கட்சிகளின் செயல்பாடுகளைப் புறத்திணைச் செயல்களாக ஏன் வகைப்படுத்த முடியாது? கவிதைகளில் மட்டும் ஏன் தரவாக்கம்? புனைகதைகளில் அல்லது புதினங்களில் இருந்து நகரத்திணையாக்கம் செய்வது கூடுதல் தரவுகளைத் தரும். பெருமாள் முருகன், தமிழ்ச்செல்வி புதினங்கள் முல்லைநிலம் சார்ந்தவை. ஜோ டி குரூஸ், ஸ்ரீதரகனேசன் புதினங்கள் நெய்தல் நிலம் சார்ந்தவை. சென்னையை மட்டும் கதைப்பின்னணியாகக் கொண்ட புதினங்கள் பல உள்ளன. இவ்வாறு மலைநகரத்திணை, நதிநகரத்திணை, தொழில்நகரத்திணை, துறைமுகநகரத்திணை, இராமநாதபுரம், சிவகாசி, கரூர் போன்ற வறண்டநில நகரத்திணை என்ற பிரிவுகளில் கவிதைகள் மற்றும் புனைகதை களில் இருந்து தரவுகளைச் சேகரித்து அவற்றை வகைதொகை செய்து அட்டவணைகள் வழி எடுத்துக்காட்டி பின்னர் அது பற்றிய கருத்துகளையும் அளிக்கும்போது நகரத்திணை என்ற கருதுகோளை நோக்கிய இந்த ஆய்வு முயற்சி முழுமை பெறும்.

(**பின் குறிப்பு:** இந்நூல் ஒரு புதிய முற்சியாகக் கருதப்பட்டு ஜேஎன்யு தமிழ்த்துறை செவ்வாய் வட்டத்தில் வாசிக்கப்பெற்றது. அப்போது கூறப்பட்ட ஒருசில கருத்துகளும் இவ்வுரையில் இடம்பெற்றுள்ளன. புதுச்சேரியில் உள்ள PILCஇல் 20ஆம் நூற்றாண்டுத் தமிழ்க் கவிதைகளைத் தொகுத்தல் என்ற ஆக்கம் ஒன்று நிகழ்ந்துள்ளது, அந்நூல் பரிந்துரைக்கப்பட்டது.)

முனைவர். நா. சந்திரசேகரன்,
உதவிப்பேராசிரியர் இந்திய மொழிகள் மையம்,
மொழி, இலக்கிய மற்றும் பண்பாட்டு ஆய்வியல் பள்ளி,
ஜவஹர்லால் நேரு பல்கலைக்கழகம்,
புதுதில்லி – 110067

துணைநூற் பட்டியல்

பழந்தமிழ் தரவுகள்
சிலப்பதிகாரம்

தமிழ்நெறி விளக்கம்

தொல்காப்பியம்

அகராதி
தமிழ்ப்பேரகராதி

நூல்கள்

சீனுச்சாமி.துரை.(2016).திணைக்கோட்பாடு.சென்னை: NCBH

தமிழவன்.(2021), இளையோர்களின் புதுக்கவிதைகள், புதுதில்லி, சாகித்ய அகாதெமி. நடராசன், தி..சு. (2008). கவிதை மொழி. சென்னை: NCBH

பிரகாஷ். வெ.(2016), திணை உணர்வும் பொருளும், பரிசில் பதிப்பகம்.

வைரமுத்து.(1999).பெய்யன பெய்யும் மழை.சென்னை: சூர்யா லிட்டரேணச்சர்.

K N Rao*(2008)*, Trees and Tree Tales: Some Common Trees of Chennai), New Horizon Media Pvt. Ltd.

கட்டுரைகள்

சங்கரநாராயணன்.பி.(2011), 'தமிழ் இலக்கியங்களில் ஊர்ப் பெயர்கள்', தமிழ் இலக்கியங்களில் ஊர்ப்பெயர்கள், சிவகாசி, முத்தமிழ் பதிப்பகம்.

சாந்தி.(2021), புன்னை மரமும் வரலாற்று நிகழ்வுகளும், செங்காந்தள் இயற்கை, விருதுநகர், பாண்டியன் கல்வி அறக்கட்டளை.

சுஜா சுயம்பு.(2016) திணைக்கோட்பாடு – ஆய்வு அறம், உங்கள் நூலகம்.

பூமிச்செல்வம். ஆ, (2010) சமகாலத் தமிழ் நாவல் (2000 – 2010) – சில குறிப்புகள், மாற்றுவெளி.

றாம் சந்தோஷ்.(2022). 2010க்குப் பிறகு வெளிப்பட்ட நவீன தமிழ்க்கவிஞர்கள், இடைவெளி காலாண்டிதழ், பரிசில் பதிப்பகம்.

வலைதளக் கட்டுரைகள்

குரு அரவிந்தன்.(2020), ஆறாம் நிலத்திணை தமிழ் இலக்கியத்திற்குப் புதியது. https://www.geotamil.com/index.php?option=com_content&view=article&id=*5699:2020–02–24–15–40–57*&catid=*70:2016–07–08–04–21–49*

ராமசாமி.அ.(2022), தமிழ்க் கவிதைக்குள் திணையென்னும் படிமம். https://thinaigal.com/%e0%ae%a4%e0%ae%ae%e0%ae%bf%e0%ae%b4%e0%af%8d%e0%ae%95%e0%af%8d%e0%ae%95%e0%ae%b5%e0%ae%bf%e0%ae%a4%e0%af%88%e0%ae%95%e0%af%8d%e0%ae%95%e0%af%81%e0%ae%b3%e0%af%8d-%e0%ae%a4%e0%ae%bf%e0%ae%a3%e0%af%88/

ஜமாலன்.(2007), திணைக் கோட்பாடும் புது விமர்சன முறையும், http://jamalantamil.blogspot.com/2007/10/blog-post_26.html).

Kalpana Srivastava (2009) Urbanization and mental health, Industrial Psychiatry Journal.75–76.

Sumanth S. Hiremath.(2021), Impact of Urbanization on Mental Health: A Critical Appraisal, Scient Open Access Journal, Journal of Alzheimer's Parkinsonism & Dementia.

உரை

மாதையன்.பெ,(2014). 'அகப்பொருள் மரபுகள்' https://www.youtube.com/watch?v=4LtRL_ ZDBBg&ab_channel=RadhakrishnanJ

தமிழவன்(2021).'தற்காலத் தமிழில் இளையவர்களின் கவிதைப் போக்குகள்' | தில்லிகை | 2021 செப்டம்பர். https://www.youtube.com/watch?v=ylN3EHEG5z0&ab_channel=Dhilligai. *பதிவேற்றம்: Oct 4, 2021*